| 汉越对照 |

文明理念篇

Quan niệm văn minh

中国关键词

NHỮNG TỪ KHÓA ĐỂ HIỂU VỀ TRUNG QUỐC

权 威 解 读 当 代 中 国

中国外文出版发行事业局（CICG）
当代中国与世界研究院（ACCWS）
中国翻译研究院（CATL）

新世界出版社
NEW WORLD PRESS

Bản in lần 1 năm 2023

Cục Sự nghiệp Xuất bản và Phát hành Ngoại văn Trung Quốc
Viện Nghiên cứu Trung Quốc và Thế giới Đương đại
Viện Nghiên cứu Phiên dịch Trung Quốc

Phiên dịch: Trần Viên Viên
Sửa bản dịch: Trịnh Nguyệt Lan
(Việt Nam)
Thẩm định: Lê Xảo Bình
Hiệu đính: Lương Vĩnh Quý

ISBN 978-7-5104-7548-1

Do Nhà xuất bản Thế giới mới xuất bản
Số 24 đại lộ Bách Vạn Trang, khu Tây Thành, Bắc Kinh, Trung Quốc
Mã bưu chính: 100037
Do Nhà xuất bản Thế giới mới phát hành
Số 24 đại lộ Bách Vạn Trang, khu Tây Thành, Bắc Kinh, Trung Quốc
Mã bưu chính: 100037
Tel: 86-10-68995968
Fax: 86-10-68998705
Website: http://www.nwp.com.cn
E-mail: nwpcd@sina.com
In tại nước Cộng hòa Nhân dân Trung Hoa

《中国关键词：文明理念篇》
编委会名单

Danh sách Ban Biên tập bộ sách

Những từ khóa để hiểu về Trung Quốc: Quan niệm văn minh

Trưởng Ban Biên tập: Đỗ Chiếm Nguyên

Phó Trưởng Ban Biên tập: Cao Ngạn Minh, Vu Đào

Ủy viên Ban Biên tập (xếp theo thứ tự chữ cái phiên âm họ):

Bao Wuerjiang, Thái Lực Kiên, Tào Dật Quần, Cung Kết Thực, Hầu Quý Tín, Hoàng Tài Trân, Hoàng Hữu Nghĩa, Giả Ninh Nhất, Lê Xảo Bình, Lý Anh Nam, Lương Vĩnh Quý, Lâm Côn, Tôn Hải Yến, Tôn Minh, Vương Bảo Tuyền, Vương Phục, Vương Cương Nghị, Vương Hiểu Huy, Vương Dục Ninh, Vương Chúng Nhất, Từ Minh Cường, Dương Bình, Vu Vận Toàn, Dụ Tuệ Quyên, Trương Trung Nghĩa

Tổ Biên tập tiếng Trung (xếp theo thứ tự chữ cái phiên âm họ):

Thái Phức Dao, Đinh Khiết, Phạm Đại Kỳ, Hoa Quang Xán, Lý Húc, Lô Tư Hồng, La Tuệ Phương, Thân Dương, Tôn Kính Hâm, Vương Đan, Dương Bình, Vu Vận Toàn, Trương Cửu An, Triệu Khánh

Tổ Phiên dịch, biên tập tiếng Việt:

Trần Viên Viên, Lê Xảo Bình, Lương Vĩnh Quý, Trịnh Nguyệt Lan (Việt Nam)

前　言

中国拥有百万年人类史、一万年文化史、五千多年文明史。在漫长的历史进程中，中华民族以自强不息的决心和意志，筚路蓝缕，跋山涉水，走过了不同于世界其他文明体的发展历程，创造了璀璨夺目的中华文明，为人类文明进步事业作出重大贡献。中华文明源远流长、博大精深，是中华民族独特的精神标识，是当代中国文化的根基，是维系全世界华人的精神纽带，也是中国文化创新的宝藏。中共十八大以来，习近平同志在一系列重要讲话、文章、访谈中旁征博引，运用古代典籍、经典名句阐释中国思想，传递中国声音，在传承和创新中不断激活中华文明经典，赋予其当代价值与意义。

为讲好中华文明故事，增进外国受众对人类文明新形态的了解，“中国关键词多语对外传播平台”组织策划了《中国关键词：文明理念篇》。本篇按照“文明理念从何而来、如何为当代中国所用”的编写逻辑，综合借鉴“中华思想文化术语传播工程”有关成果，择重从修为、民本、善治、交往4个部分，选取80个关键词进行简明扼要的介绍和解读，阐发中华文明讲仁爱、重民本、守诚信、崇正义、尚和合、求大同的精神特质和发展形态，展现中国人“用典一治世”的文化自信，促进中外文明交流互鉴。本书为中外对照版，由于能力及时间所限，在中文词条遴选编写时，难免挂一漏万。为使译文更符合目标语读者的阅读习惯，我们对翻译表达进行了创新探索，旨在提升读者的阅读体验。

“中国关键词多语对外传播平台”是中国外文出版发行事业局、当代中国与世界研究院和中国翻译研究院联合实施的国家对外话语创新重点项目，主要围绕习近平新时代中国特色社会主义思想，进行中文词条专题编写、解读以及多语种编译，通过平面、网络和移动社交平台等多媒体、多渠道、多形态及时持续对外发布，旨在以外国受众易于阅读和理解的方式，阐释中国思想和中国道路，解读中国理念和中国方案。

讲故事需要关键词，讲好中国故事需要中国关键词。让我们用“中国关键词”点击中国、沟通世界。

LỜI NÓI ĐẦU

Trung Quốc có lịch sử loài người với bề dày hàng triệu năm, có bề dày lịch sử văn hoá 10.000 năm và có lịch sử văn minh hơn 5.000 năm. Trong tiến trình lịch sử dài dằng dặc, với quyết tâm và ý chí tự cường không nghỉ, dân tộc Trung Hoa khởi nghiệp gian khổ, trèo đèo lội suối, đã trải qua lịch trình phát triển không giống với các nền văn minh khác trên thế giới, sáng tạo ra nền văn minh Trung Hoa huy hoàng rực rỡ, góp phần quan trọng vào sự nghiệp tiến bộ của nền văn minh nhân loại. Nền văn minh Trung Hoa có nguồn gốc lâu đời, bác đại tinh thâm, là tiêu chí tinh thần độc đáo của dân tộc Trung Hoa, là nền tảng của văn hoá Trung Quốc đương đại, là cầu nối tinh thần để gắn bó tất cả những đồng bào người Hoa trên thế giới, cũng là kho báu về sự sáng tạo văn hoá của Trung Quốc. Kể từ Đại hội Đảng XVIII đến nay, trong một loạt các bài phát biểu, bài viết và phỏng vấn quan trọng, đồng chí Tập Cận Bình trích dẫn nhiều nguồn tài liệu, vận dụng những cuốn sách cổ và những câu danh ngôn kinh điển để giải thích trình bày tư tưởng của Trung Quốc, truyền bá tiếng nói của Trung Quốc, không ngừng làm sống dậy những kinh điển văn minh Trung Hoa trong quá trình kế thừa và sáng tạo, làm cho những kinh điển này có thêm giá trị và ý nghĩa đương đại.

Nhằm kể tốt câu chuyện văn minh Trung Hoa, tăng cường sự hiểu biết của độc giả nước ngoài về hình thái mới của nền văn minh nhân loại, "Mặt bằng truyền bá đối ngoại đa ngữ - Những từ khoá để hiểu về Trung Quốc" đã tổ chức biên tập cuốn *Những từ khóa để hiểu về Trung*

Quốc: Quan niệm văn minh. Dựa trên logic biên soạn "quan niệm văn minh đến từ đâu, được Trung Quốc đương đại áp dụng như thế nào", cuốn sách này tham khảo một cách tổng hợp những thành quả có liên quan của "Chương trình truyền bá thuật ngữ văn hoá tư tưởng Trung Hoa", lựa chọn có trọng điểm 80 từ khoá từ 4 phần tu dưỡng phẩm hạnh, lấy dân làm gốc, quản trị tốt và giao lưu đi lại để giới thiệu và giải thích một cách ngắn gọn rõ ràng, trình bày và phát huy phẩm chất tinh thần đặc biệt và hình thái phát triển của dân tộc Trung Hoa, đó chính là coi trọng nhân ái, coi trọng lấy dân làm gốc, giữ chữ tín, tôn sùng chính nghĩa, tôn sùng sự hài hoà, hoà hợp và cầu đại đồng, thể hiện sự tự tin văn hoá "sử dụng kinh điển – quản lý đất nước" của người Trung Quốc, thúc đẩy sự giao lưu và học hỏi lẫn nhau giữa nền văn minh Trung Hoa với các nền văn minh nước ngoài. Nhằm làm cho bản dịch càng phù hợp với thói quen đọc của độc giả, chúng tôi đã tìm tòi sáng tạo cách diễn đạt của bản dịch, nâng cao trải nghiệm đọc cho độc giả.

"Mặt bằng truyền bá đối ngoại đa ngữ - Những từ khóa để hiểu về Trung Quốc" là chương trình trọng điểm quốc gia về sáng tạo tiếng nói đối ngoại do Cục Sự nghiệp Xuất bản và Phát hành Ngoại văn Trung Quốc, Viện Nghiên cứu Trung Quốc và Thế giới Đương đại và Viện Nghiên cứu Phiên dịch Trung Quốc cùng tổ chức và thực hiện, chủ yếu xoay quanh Tư tưởng Tập Cận Bình về Chủ nghĩa xã hội đặc sắc Trung Quốc thời đại mới, triển khai việc biên soạn, giải thích và biên dịch đa ngữ những từ khóa chuyên đề tiếng Trung, công bố cập nhật và liên tục với nước ngoài bằng nhiều phương tiện truyền thông khác nhau, nhiều kênh khác nhau và nhiều hình thức khác nhau, là nhằm giải thích trình bày tư tưởng của Trung Quốc và con đường của Trung Quốc, giải thích và giới thiệu quan niệm của Trung Quốc và phương án của Trung Quốc với độc giả nước ngoài bằng phương thức dễ đọc và dễ hiểu.

Kể chuyện thì cần có từ khóa, muốn trình bày tốt câu chuyện Trung Quốc thì cần có những từ khóa để hiểu về Trung Quốc. Chúng ta hãy tìm hiểu về Trung Quốc, kết nối với thế giới qua "Những từ khóa để hiểu về Trung Quốc".

MỤC LỤC
目　录

民本篇
Lấy dân làm gốc

交往篇

Giao lưu đi lại

修为篇

Tu dưỡng phẩm hạnh

修身、齐家、治国、平天下

“修身、齐家、治国、平天下”，出自《大学》，意指以个人自身修养为基础，先治理好家庭，进而实行仁政德治，治理好国家，更进而安抚和治理天下百姓，最终求得天下太平。在这一层层扩展的过程中，个人的德行和修养与不同层面的政治抱负息息相关。这是中国古代儒家哲学和政治抱负的重要命题，是对“大学之道”的概括，体现了儒家思想由个人到家庭再到邦国进而到天下的逐步递进的道德政治观。

中共十八大以来，习近平多次在讲话中谈及中国知识分子“修身、齐家、治国、平天下”的家国情怀。2014年5月，习近平在北京大学和师生座谈时便引用了这一经典理念，论述如何成就崇高德行和人格，怎样成为经国济世的人才。

Tu thân, tề gia, trị quốc, bình thiên hạ

"Tu thân, tề gia, trị quốc, bình thiên hạ (tu dưỡng bản thân trước, quản lý gia đình sau, tiếp theo cai trị đất nước, cuối cùng khiến cho thiên hạ thái bình)" có xuất xứ từ *Đại học*, ý chỉ lấy sự tu dưỡng bản thân làm nền tảng, trước hết quản lý gia đình mình cho tốt đẹp, sau đó thực hiện nhân chính và đức trị để cai trị đất nước cho có kỷ cương, phép nước rồi tiến tới vỗ yên và trị vì trăm họ, cuối cùng khiến cho thiên hạ thái bình. Trong quá trình mở rộng từng cấp độ, đức hạnh và sự tu dưỡng của cá nhân gắn kết chặt chẽ với hoài bão chính trị ở các cấp độ khác nhau. Đây là mệnh đề quan trọng về triết học và hoài bão chính trị của Nho gia ở Trung Quốc thời cổ đại, cũng là sự khái quát về "đại học chi đạo (đạo của đại học)", đã thể hiện quan niệm chính trị đạo đức tiến dần từng bước từ cá nhân đến gia đình, rồi đến đất nước, cuối cùng là đến thiên hạ của tư tưởng Nho gia.

Kể từ Đại hội Đảng XVIII đến nay, trong các bài phát biểu của mình, Tập Cận Bình đã nhiều lần nhắc đến nỗi niềm "tu thân, tề gia, trị quốc, bình thiên hạ" của các trí thức Trung Quốc đối với gia đình và đất nước. Tháng 5 năm 2014, tại cuộc Toạ đàm với giáo viên và sinh viên của trường Đại học Bắc Kinh, Tập Cận Bình đã trích dẫn quan niệm kinh điển này để trình bày và phân tích việc làm thế nào để tạo nên đức hạnh và nhân cách cao thượng, làm thế nào để trở thành nhân tài quản lý đất nước và trợ giúp người dân.

格物致知

“格物致知”出自《大学》，是中国传统文化中的重要概念，表达一种对问题穷追不舍的精神，与诚意、正心、修身、齐家、治国、平天下并称“八条目”。基本含义为用自己学得的知识来分析和判断周围的人物和事物，建立完善的三观。引申为懂得“本心”分辨是非真假，并在与周围的人和事接触时更进一步了解自己，更好地找到自己的定位。

2014年5月，习近平在北京大学和师生座谈时谈到，“中国古代历来讲格物致知、诚意正心、修身齐家、治国平天下”，阐发了中国人讲求探究事物原理，从中获得智慧，其目的就是追求诚意、正心、修身、齐家、治国、平天下的境界。

Cách vật trí tri

"Cách vật trí tri (nghiên cứu đến cùng để hiểu về sự vật)" có xuất xứ từ *Đại học*, là một khái niệm quan trọng trong văn hoá truyền thống của Trung Quốc, thể hiện một tinh thần suy xét và nghiên cứu vấn đề đến cùng, được gọi là "Tám điều" trong *Đại học* cùng với thành ý, chính tâm, tu thân, tề gia, trị quốc, bình thiên hạ. Cách vật trí tri với hàm nghĩa cơ bản là dùng những kiến thức mà mình học được để phân tích và phán đoán những nhân vật và sự vật xung quanh, từ đó xây dựng nên thế giới quan, nhân sinh quan và giá trị quan hoàn thiện. Có nghĩa bóng là hiểu được "bản tâm (tâm tư nguyện vọng của mình)", phân biệt được phải trái thật giả, và hiểu bản thân nhiều hơn khi cư xử với những người và sự vật xung quanh, tìm được vị trí thích hợp hơn cho bản thân mình.

Tháng 5 năm 2014, tại cuộc Toạ đàm với giáo viên và sinh viên của trường Đại học Bắc Kinh, Tập Cận Bình nói rằng: "Trung Quốc thời cổ đại luôn coi trọng cách vật trí tri, thành ý chính tâm, tu thân tề gia, trị quốc bình thiên hạ", và đã trình bày rõ ràng rằng người Trung Quốc coi trọng việc tìm tòi nghiên cứu nguyên lý của sự vật, từ đó có được trí tuệ, với mục đích chính là theo đuổi cảnh giới thành ý, chính tâm, tu thân, tề gia, trị quốc, bình thiên hạ.

知行合一

知行合一，意指认识事物的道理与实行其事是密不可分的。知是指内心的觉知，对事物的认识；行是指人的实际行动。知与行的合一，既不是以知来合并行，认为知便是行，也不是以行来合并知，认为行便是知，而是内有良知则外有良行，知是基础、是前提，行是重点、是关键。知行合一是中国古代哲学中认识论和实践论的命题，主张人的外在行为是受内在意识支配，认为只有由衷向善做到“知”的人，才有外在自发的善“行”。

中共十八大以来，习近平多次强调“知行合一”，要求党员干部既要加强理论学习，走在前列；又要结合实践，干在实处。2019年3月，习近平在中央党校（国家行政学院）中青年干部培训班发表重要讲话时指出，广大干部特别是年轻干部要在常学常新中加强理论修养，在真学真信中坚定理

Tri hành hợp nhất

Tri hành hợp nhất (hiểu biết và thực hành phải đi đôi với nhau) có nghĩa là việc nhận biết đạo lý của sự vật không thể tách rời với việc thực hành. Tri là chỉ cảm nhận của nội tâm, là sự nhận biết về sự vật; hành là chỉ hành động thực tế của con người. Sự hiểu biết và thực hành phải đi đôi với nhau không phải lấy hiểu biết để hợp nhất vào thực hành, cho rằng hiểu biết chính là thực hành, cũng không phải lấy thực hành để hợp nhất vào hiểu biết, cho rằng thực hành chính là hiểu biết, mà là bên trong có hiểu biết đúng đắn thì bên ngoài sẽ có thực hành tốt, hiểu biết là nền tảng, là tiền đề, thực hành là trọng điểm, là mấu chốt. Tri hành hợp nhất là mệnh đề về nhận thức luận và thực tiễn luận trong triết học Trung Quốc cổ đại, chủ trương hành vi bên ngoài của con người chịu sự chi phối của ý thức bên trong, cho rằng chỉ có những người thực lòng hướng tới cái thiện và đạt được hiểu biết đúng đắn thì mới có được thực hành tốt tự phát ra bên ngoài.

Kể từ Đại hội Đảng XVIII đến nay, Tập Cận Bình nhiều lần nhắc đến "tri hành hợp nhất", yêu cầu các cán bộ, Đảng viên vừa phải tăng cường học tập lý luận, dẫn đầu làm gương; vừa phải kết hợp với thực tiễn, làm việc thiết thực. Tháng 3 năm 2019, trong bài phát biểu quan trọng tại lớp đào tạo cán bộ trẻ và trung niên Trường Đảng Trung ương (Học viện Hành chính Quốc gia), Tập Cận Bình chỉ ra, đông đảo cán bộ nhất là những cán bộ trẻ phải tăng cường bồi dưỡng lý luận trong việc học tập thường xuyên và nhận thức thường xuyên, kiên định niềm tin lý tưởng trong việc học tập thực sự và tin tưởng thực sự, ghi nhớ nguyện ước

想信念，在学思践悟中牢记初心使命，在细照笃行中不断修炼自我，在知行合一中主动担当作为。

ban đầu và sứ mệnh trong việc học tập, suy nghĩ, thực hành và nhận thức, không ngừng rèn luyện bản thân thông qua việc tự soi xét bản thân và thiết thực thi hành, chủ động đảm đương trách nhiệm trong việc thực hiện hiểu biết và thực hành phải đi đôi với nhau.

仁者爱人

“仁者爱人”的典故，出自《孟子》。“仁者爱人”主要谈论君子与普通人的分别，在于君子能够保持心中的善端，而保持善端的关键，就是将“仁”和“礼”永存心中。“仁者爱人”这句话虽然出自《孟子》，但这一观念却是直接继承孔子的。“仁者”即有仁德的人，是有大智大勇、德行完满、关爱他人、有人格魅力的人。“仁”是儒家文化中最高的道德范畴和境界，其以“爱人”为基本规定，意指“仁”从孝父母、敬兄长开始，进而关爱家族其他成员，并扩大至关心全天下的人。

“仁者爱人”，是2014年5月习近平在北京大学师生座谈会上发表讲话时引用的一句名言。在孟子提炼的思想命题下，其被应用于治国理政，强调君子由亲爱亲人而仁爱百姓，由仁爱百姓而爱惜万物。

Nhân giả ái nhân

Điển tích "Nhân giả ái nhân (người có đức nhân thường thương yêu con người)" có xuất xứ từ *Mạnh Tử*. "Nhân giả ái nhân" chủ yếu nói về sự khác biệt giữa người quân tử và người tầm thường là ở việc người quân tử có thể giữ gìn lòng thiện, mà điều then chốt để giữ gìn lòng thiện chính là luôn giữ trong lòng "nhân" và "lễ". Câu nói "nhân giả ái nhân" tuy được trích từ *Mạnh Tử,* nhưng quan niệm này lại là kế thừa trực tiếp từ Khổng Tử. "Nhân giả" tức là những người có đức nhân, là những người giàu trí tuệ và lòng can đảm, đức hạnh viên mãn, yêu mến người khác và có nhân cách cao đẹp. "Nhân" là phạm trù và cảnh giới đạo đức cao nhất trong văn hoá Nho gia, với quy định cơ bản là "ái nhân", có nghĩa là "nhân" được bắt đầu từ việc hiếu thảo với cha mẹ và kính trọng huynh trưởng, tiếp đến là yêu mến các thành viên khác trong gia đình, rồi tiến tới quan tâm đến tất cả mọi người trong thiên hạ.

"Nhân giả ái nhân" là một câu danh ngôn mà Tập Cận Bình trích dẫn trong bài phát biểu tại cuộc Toạ đàm với giáo viên và sinh viên của trường Đại học Bắc Kinh vào tháng 5 năm 2014. Với mệnh đề tư tưởng do Mạnh Tử đúc kết, "nhân giả ái nhân" được sử dụng để quản lý đất nước, nhấn mạnh rằng người quân tử từ yêu thương người thân mà thương yêu trăm họ, từ thương yêu trăm họ mà yêu quý vạn vật.

上善若水

“上善若水”语出《道德经》，意指至高的善德善举就如同水的品性，默默滋养世间万物而不争强斗胜。老子以水的柔弱之性比喻至善的执政者应有的品德。执政者面对百姓，应该像水之于万物，辅助、成就百姓而不与其相争，后多指为人处世时能像水一样滋润万物，尽己所能帮助他人却从不争名逐利，或者具有坚忍负重、谦卑居下的品格。

2014年11月，习近平在亚太经合组织领导人非正式会议欢迎宴会上指出，2000多年前，老子说“上善若水，水利万物而不争”，意思就是说最高境界的善行就像水一样涓涓细流，泽被万物。亚太经合组织以太平洋之水结缘，我们有责任使太平洋成为太平之洋，友谊之洋，合作之洋，见证亚太地区和平、发展、繁荣、进步。

Thượng thiện nhược thuỷ

"Thượng thiện nhược thuỷ (nước là thiện nhất)" có xuất xứ từ *Đạo đức kinh*, ý chỉ những đạo đức và hành động thiện lành nhất giống như tính nết của dòng nước, âm thầm nuôi dưỡng vạn vật trên đời mà không hề tranh giành với ai. Lão Tử đem tính nết mềm yếu của dòng nước so sánh với phẩm chất đạo đức mà một người cầm quyền chí thiện cần có. Người cầm quyền nên đối xử với trăm họ như dòng nước với vạn vật, nên giúp đỡ, hỗ trợ trăm họ chứ không tranh giành với họ, về sau thường được dùng để chỉ việc một người khi ứng xử với người khác và thế giới bên ngoài có thể hết lòng hết sức giúp đỡ người khác chứ không hề tranh giành danh lợi như dòng nước tưới đều vạn vật, hoặc là có phẩm cách kiên nhẫn, khiêm tốn.

Tháng 11 năm 2014, tại bữa tiệc chiêu đãi chào đón quan khách tham dự Cuộc họp không chính thức của các nhà lãnh đạo Diễn đàn Hợp tác Kinh tế châu Á - Thái Bình Dương (APEC), Tập Cận Bình chỉ ra, hơn 2.000 năm trước, Lão Tử nói "Thượng thiện nhược thuỷ, thuỷ lợi vạn vật nhi bất tranh", có nghĩa là những hành động thiện lành ở cảnh giới cao nhất của con người chính là giống như dòng nước chảy âm thầm, tưới mát vạn vật. Diễn đàn Hợp tác Kinh tế châu Á - Thái Bình Dương kết duyên bởi nước biển Thái Bình Dương, chúng ta có trách nhiệm làm cho Thái Bình Dương trở thành vùng biển thái bình, vùng biển hữu nghị, vùng biển hợp tác, chứng kiến hòa bình, phát triển, phồn vinh và tiến bộ của khu vực châu Á - Thái Bình Dương.

积善成德

“积善成德”出自《荀子》，意为善行好事，长期积小善为大德，就会形成一种高尚的品德。荀子认为，仅仅依循于人的本性，只能导致对外物无休止的争夺，并使群体陷入无秩序的混乱之中；而人的道德有赖于后天的教化，人需要在言行表现上符合礼法的要求，并经过长期积累，逐渐形成对道德、礼法的认同，确立起内在的道德意识。

2013年9月，习近平在会见第四届全国道德模范及提名奖获得者时强调，道德模范是社会道德建设的重要旗帜，要深入开展学习宣传道德模范活动，弘扬真善美，传播正能量，激励人民群众崇德向善、见贤思齐，鼓励全社会积善成德、明德惟馨，为实现中华民族伟大复兴的中国梦凝聚起强大的精神力量和有力的道德支撑。

Tích thiện thành đức

"Tích thiện thành đức (tích luỹ những việc thiện nhỏ thành đạo đức cao thượng)" có xuất xứ từ *Tuân Tử*, có nghĩa là thường xuyên làm việc tốt, luôn tích luỹ những việc thiện nhỏ thành đạo đức cao thượng thì sẽ hình thành một phẩm chất đạo đức cao thượng. Tuân Tử cho rằng, chỉ tuân theo bản tính của con người thì chỉ có thể dẫn đến sự tranh giành không bao giờ chấm dứt đối với thế giới bên ngoài, và làm cho xã tắc rơi vào tình trạng hỗn loạn, vô trật tự; mà đạo đức của con người phải dựa vào sự giáo hoá sau này, lời nói và hành động của con người phải phù hợp với các yêu cầu của kỷ cương, phép tắc của xã hội, thông qua sự tích luỹ lâu dài, dần dần đi đến việc công nhận về đạo đức và kỷ cương, phép tắc của xã hội, xây dựng nên ý thức đạo đức bên trong.

Tháng 9 năm 2013, khi gặp mặt những người được giải và những người được đề cử tấm gương đạo đức lần thứ 4 toàn quốc, Tập Cận Bình nhấn mạnh, tấm gương đạo đức là ngọn cờ quan trọng trong xây dựng đạo đức xã hội, phải đi sâu triển khai hoạt động học tập, tuyên truyền tấm gương đạo đức, phát huy chân – thiện – mỹ, truyền bá năng lượng tích cực, khích lệ quần chúng nhân dân tôn sùng đạo đức cao thượng, hướng tới cái thiện, tích cực noi gương, khuyến khích cả xã hội tích luỹ những việc thiện nhỏ thành đạo đức cao thượng, theo đuổi đạo đức tốt đẹp, hội tụ sức mạnh tinh thần và nền tảng đạo đức mạnh mẽ cho việc thực hiện giấc mơ Trung Quốc phục hưng vĩ đại dân tộc Trung Hoa.

自强不息

“自强不息”出自《周易》，意为自身努力向上，强大自己，永不懈怠。古人认为，天体出于自身的本性而运行，刚健有力，周而复始，一往无前从不停息。君子取法于“天”，也应该发挥自己的主动性、能动性，勤勉不懈、奋发进取，这是中国人参照天体运行状态梳理的自身理想。

中共十八大以来，习近平曾在多个场合多次提及“自强不息”。如2014年5月，习近平考察北京大学时强调，“天行健，君子以自强不息”；2017年12月，习近平在中国共产党与世界政党高层对话会上发表的主旨讲话中指出，中国人民没有向命运屈服，而是奋起抗争、自强不息，经过长期奋斗，而今走上了实现中华民族伟大复兴的康庄大道。

Tự cường bất tức

"Tự cường bất tức (tự cường không nghỉ)" có xuất xứ từ *Chu dịch*, ý chỉ tự mình cố gắng vươn lên, làm cho bản thân mình ngày một lớn mạnh, không bao giờ ngừng nghỉ. Người xưa cho rằng, các thiên thể vận hành theo bản tính của chính bản thân mình, vững bền mạnh mẽ, tuần hoàn lặp lại, thẳng tiến không lùi và không bao giờ ngừng nghỉ. Người quân tử tuân theo cái đạo của "thiên (trời)", cũng nên phát huy tính chủ động, tính năng động của mình, cần mẫn không ngừng nghỉ, hăng hái tiến thủ, đây chính là lý tưởng dành cho bản thân mà người Trung Quốc rút ra từ trạng thái vận hành của các thiên thể.

Kể từ Đại hội Đảng XVIII đến nay, Tập Cận Bình nhiều lần nhắc đến "tự cường bất tức" tại các trường hợp khác nhau. Ví dụ như tháng 5 năm 2014, khi khảo sát tại trường Đại học Bắc Kinh, Tập Cận Bình nhấn mạnh rằng: "Thiên hành kiện, quân tử dĩ tự cường bất tức (các thiên thể vận hành mạnh mẽ, vững bền, người quân tử cũng nên theo đó mà tự cường không nghỉ)"; tháng 12 năm 2017, trong bài phát biểu chính tại cuộc Đối thoại cấp cao giữa Đảng Cộng sản Trung Quốc với các chính đảng trên thế giới, Tập Cận Bình chỉ ra, nhân dân Trung Quốc không bao giờ khuất phục trước số phận, mà ngược lại đã vươn lên chống lại, tự cường không nghỉ, trải qua phấn đấu lâu dài, nay đã đi lên con đường thênh thang thực hiện sự phục hưng vĩ đại của dân tộc Trung Hoa.

无欲则刚

“无欲则刚”出自《论语》中孔子对弟子的评价：“子曰：‘吾未见刚者。’或对曰：‘申枨。’子曰：‘枨也欲，焉得刚?’”人的欲望太盛，便难有坚定刚强之德，难以刚正不阿、正道直行。“欲”指各种私欲、贪欲；“刚”即刚正公道、正直有力。“无欲则刚”是一种克己的功夫，讲的是立身处事尤其是执政做官的基本道理：一个人面对来自各方的种种诱惑，应该大公无私、端正品性、淡泊守志，不要有非分的贪图，这样就能一身正气，无所畏惧。

2018年3月，习近平在纪念周恩来同志诞辰120周年座谈会上指出，“海纳百川，有容乃大；壁立千仞，无欲则刚”。周恩来同志就是这样的人，他毕生严于律己、艰苦朴素，只求奉献、不思回报，并且告诫领导干部要过好思想关、政治关、社会关、亲属关、生活关，保持共产党人的政治操守和优良作风。

Vô dục tắc cương

"Vô dục tắc cương (không có dục vọng quá mức thì sẽ cương nghị bất khuất)" bắt nguồn từ sự đánh giá của Khổng Tử đối với học trò của ông trong *Luận Ngữ*: "Khổng Tử nói:'Ta chưa từng thấy người có tính tình cương nghị.' Có người bảo:'Thân Trành là người như vậy.' Khổng Tử nói:'Thân Trành thì có lòng tham vô đáy, sao có thể gọi là cương nghị bất khuất?'" Nếu một người có dục vọng quá mức thì sẽ khó có được tính tình kiên cường mạnh mẽ, khó có thể cương trực công chính, tiến thẳng theo đường ngay. "Dục" ở đây là chỉ các ham muốn cá nhân và lòng tham; "cương" tức là ngay thẳng, công chính, chính trực, mạnh mẽ. "Vô dục tắc cương" là chỉ một bản lĩnh kiểm soát bản thân, nói về đạo lý cơ bản về lập thân xử thế nhất là cầm quyền và làm quan: Khi đứng trước những dụ dỗ từ các bên, một người cần chí công vô tư, có phẩm hạnh đoan chính, không màng danh lợi, đừng có lòng tham quá mức, như vậy thì sẽ có được khí tiết chính trực, không cần lo sợ về bất cứ điều gì.

Tháng 3 năm 2018, tại cuộc Toạ đàm kỷ niệm 120 năm ngày sinh của đồng chí Chu Ân Lai, Tập Cận Bình chỉ ra rằng: "Hải nạp bách xuyên, hữu dung nãi đại; bích lập thiên nhẫn, vô dục tắc cương (biển nạp trăm sông, chứa được mới lớn; núi cao uy nghi, không có dục vọng quá mức thì sẽ cương nghị bất khuất". Đồng chí Chu Ân Lai chính là một người như vậy, trong suốt cuộc đời của mình, người luôn nghiêm khắc với bản thân, chịu đựng gian khổ và có lối sống giản dị, chỉ mong được cống hiến chứ không đòi hỏi được đền đáp, và khuyên răn các cán bộ lãnh đạo phải vượt qua những thử thách về tư tưởng, chính trị, xã hội, thân thuộc và cuộc sống, giữ gìn phẩm hạnh chính trị và tác phong tốt đẹp của người Cộng sản.

浩然之气

“浩然之气”出自《孟子》，意为盛大而充盈于生命之中的正直之气，是一种宏大、刚强之气，是与道义相匹配的，由内而外，非得自于外。个人能够坚守善道，反省自身行事而无愧于心，“浩然之气”就会自然发生并逐渐充盈，使人勇往直前、刚强正直、无所畏惧。一旦形成“浩然之气”，就能摒除疑虑、果决勇敢。

2014年2月，习近平在俄罗斯索契接受俄罗斯电视台专访时表示，“读书已成了我的一种生活方式”，并列举出多项读书的好处，“读书可以让人保持思想活力，让人得到智慧启发，让人滋养浩然之气”。

Hạo nhiên chi khí

"Hạo nhiên chi khí (chính khí hạo nhiên)" có xuất xứ từ *Mạnh Tử*, dùng để chỉ khí phách cương trực mạnh mẽ mà tràn đầy trong sự sống, là một khí phách hùng mạnh, vững bền, phù hợp với đạo nghĩa, được phát ra từ bên trong đến bên ngoài chứ không phải đến từ bên ngoài. Nếu một người có thể luôn giữ vững chính đạo, tự kiểm điểm mà không có gì phải hổ thẹn, thì "hạo nhiên chi khí" sẽ phát sinh một cách tự nhiên và dần dần trở nên dồi dào, khiến người dũng mãnh tiến lên, kiên cường chính trực và không cần lo sợ về bất cứ điều gì. Một khi đã hình thành "hạo nhiên chi khí" thì có thể gạt bỏ lo ngại, quả quyết dũng cảm.

Tháng 2 năm 2014, khi trả lời phỏng vấn của Đài truyền hình Nga tại thành phố Sochi, Liên bang Nga, Tập Cận Bình cho hay: "Đọc sách đã trở thành một lối sống của tôi", và nêu ra nhiều lợi ích của việc đọc sách, "Đọc sách có thể duy trì sức sống tư tưởng cho con người, gợi mở trí tuệ cho con người và nuôi dưỡng chính khí hạo nhiên cho con người".

天下兴亡，匹夫有责

“天下兴亡，匹夫有责”流传极广。形成这一观念的思想渊源，可以追溯于《周易》《大学》《中庸》等典籍，以孟子之学最为集中。而“天下兴亡，匹夫有责”的说法则可溯源于顾炎武《日知录》，本意是指若整个社会出现道德沉沦，那么即使是普通民众也应当奋起救赎。1915年，梁启超有感于民国政府与日本签订不平等条约的屈辱，写下《痛定罪言》一文，认为欲雪国耻的关键在于“我辈之自新”：“斯乃真顾亭林所谓‘天下兴亡，匹夫有责’也。”

习近平多次引用“天下兴亡，匹夫有责”这句话。2014年9月，他在纪念中国人民抗日战争暨世界反法西斯战争胜利69周年座谈会上指出，在中国人民抗日战争的壮阔进程中，形成了伟大的抗战精神，中国人民向世界展示了“天下兴亡，匹夫有责”的爱国情怀。

Thiên hạ hưng vong, thất phu hữu trách

"Thiên hạ hưng vong, thất phu hữu trách (nước nhà hưng thịnh hay suy vong, dân thường cũng phải chịu trách nhiệm) được lưu truyền rất rộng rãi. Nguồn gốc tư tưởng của quan niệm này có thể truy tìm ngọn nguồn từ các sách cổ như *Chu dịch, Đại học, Trung dung*, v.v. trong đó tập trung nhiều nhất ở học phái của Mạnh Tử. Về cách nói "thiên hạ hưng vong, thất phu hữu trách" thì có thể truy tìm ngọn nguồn từ *Nhật tri lục* của Cố Diêm Vũ, vốn là chỉ nếu một xã hội đã bị suy thoái về đạo đức thì cho dù là dân thường cũng nên vươn lên cứu vãn. Năm 1915, vì thấy nhục nhã bởi chính quyền Trung Hoa Dân quốc ký kết hiệp ước bất bình đẳng với Nhật Bản, Lương Khải Siêu đã viết bài "Thống định tội ngôn", cho rằng điều then chốt để rửa nhục cho đất nước là ở "sự tự cường và đổi mới của thế hệ chúng ta": "Điều này thì đúng như Cố Diêm Vũ đã nói, đó chính là 'thiên hạ hưng vong, thất phu hữu trách' vậy."

Tập Cận Bình đã nhiều lần trích dẫn câu "thiên hạ hưng vong, thất phu hữu trách". Tháng 9 năm 2014, tại cuộc Toạ đàm kỷ niệm 69 năm ngày thắng lợi của cuộc kháng chiến chống Nhật của nhân dân Trung Quốc và chiến tranh chống phát xít thế giới, Tập Cận Bình chỉ ra, nhân dân Trung Quốc đã vun đắp nên tinh thần kháng chiến vĩ đại trong hành trình kháng chiến chống Nhật vĩ đại và đã thể hiện tình cảm yêu nước "thiên hạ hưng vong, thất phu hữu trách" trước thế giới.

学者非必为仕，而仕者必为学

“学者非必为仕，而仕者必为学”，出自《荀子》，原文为“君子进则能益上之誉而损下之忧。不能而居之，诬也；无益而厚受之，窃也。学者非必为仕，而仕者必如学。”荀子和孔子一样，强调“学”是“仕”的前提和基础。为官从政不是为学的唯一目标，但是为官者却不能认为达到了目的就可以停止“为学”，反而要继续学习、提高修养，才能实现“齐家、治国、平天下”的理想。如果才学不胜而享厚俸，则无异于行骗盗窃。

习近平引用“学者非必为仕，而仕者必为学”，就是强调领导干部加强学习，不断提高工作水平和质量的重要性。2013年3月，他在中央党校建校80周年庆祝大会暨2013年春季学期开学典礼上引用这一古语，指出领导干部学习不学

Học giả phi tất vi sĩ, nhi sĩ giả tất vi học

"Học giả phi tất vi sĩ, nhi sĩ giả tất vi học (người có học vấn không nhất thiết phải đi làm quan, nhưng một người làm quan thì nhất thiết phải không ngừng học tập)" có xuất xứ từ *Tuân Tử*, nguyên bản là "Quân tử tiến tắc năng ích thượng chi dự nhi tổn hạ chi ưu. Bất năng nhi cư chi, vu dã; vô ích nhi hậu thụ chi, thiết dã. Học giả phi tất vi sĩ, nhi sĩ giả tất như học (Người quân tử vào làm quan ở triều đình thì có thể đem lại nhiều danh dự cho nhà vua và giảm nỗi lo âu cho người dân. Không có tài năng mà đi làm quan thì là lừa đảo; không thể đem lại lợi ích cho nhà vua và người dân mà lại được hưởng bổng lộc cao thì là trộm cắp. Người có học vấn không nhất thiết phải đi làm quan, nhưng một người làm quan thì nhất thiết phải không ngừng học tập)." Tuân Tử và Khổng Tử đều nhấn mạnh "học (học tập)" là tiền đề và nền tảng của "sĩ (làm quan)". Làm quan không phải là mục tiêu duy nhất của học tập, nhưng người đã làm quan lại không thể cho rằng đã đạt được mục đích thì có thể ngừng "vi học (học tập)", ngược lại phải tiếp tục học tập, nâng cao tu dưỡng, như vậy mới có thể thực hiện lý tưởng "tề gia, trị quốc, bình thiên hạ". Nếu không đủ tài năng mà lại được hưởng bổng lộc cao thì chẳng khác gì đánh lừa và trộm cắp.

Tập Cận Bình trích dẫn câu "học giả phi tất vi sĩ, nhi sĩ giả tất vi học" chính là để nhấn mạnh tầm quan trọng của việc các cán bộ lãnh đạo phải tăng cường học tập, không ngừng nâng cao trình độ và chất lượng làm việc. Tháng 3 năm 2013, Tập Cận Bình đã trích dẫn câu nói này của người xưa trong bài phát biểu của mình tại Đại hội chào

习不仅仅是自己的事情，本领大小也不仅仅是自己的事情，而是关乎党和国家事业发展的大事情。

mừng kỷ niệm 80 năm thành lập Trường Đảng Trung ương và Lễ khai giảng kỳ học mùa xuân năm 2013, chỉ ra rằng các cán bộ lãnh đạo có theo đuổi việc học tập hay không không chỉ là chuyện của riêng mình, có bản lĩnh cao hay thấp cũng không chỉ là chuyện của riêng mình, mà là một việc lớn liên quan đến sự phát triển của sự nghiệp của Đảng và đất nước.

博学之，审问之，慎思之，明辨之，笃行之

“博学之，审问之，慎思之，明辨之，笃行之”，出自《中庸》。博学，就是广泛地学习；审问，就是仔细地询问，有针对性地提问请教；慎思，就是努力地、谨慎地思考；明辨，就是清楚地分辨；笃行，就是用学习得来的知识和形成的思想指导实践。这句话明确了从“学”到“行”这个过程里的五个阶段，也是循序递进的五个层次。

2013年3月，习近平在中央党校建校80周年庆祝大会暨2013年春季学期开学典礼上的讲话中引用“博学之，审问之，慎思之，明辨之，笃行之”，强调工作太忙绝不是放松学习的理由，学习要善于挤时间并且高效率地运用时间。

Bác học chi, thẩm vấn chi, thận tư chi, minh biện chi, đốc hành chi

"Bác học chi, thẩm vấn chi, thận tư chi, minh biện chi, đốc hành chi (học cho rộng, hỏi cho kỹ, nghĩ cho cẩn thận, phân biệt cho sáng rõ, thực hành cho hết sức)" có xuất xứ từ *Trung dung*. Bác học tức là học cho rộng; thẩm vấn tức là hỏi cho kỹ, đặt câu hỏi đúng nơi; thận tư tức là chịu khó suy nghĩ cẩn thận; minh biện tức là phân biệt cho sáng rõ; đốc hành tức là dùng những kiến thức đã có được và những tư tưởng đã hình thành từ việc học tập để chỉ đạo thực tiễn. Câu nói này đã xác định rõ ràng năm giai đoạn trong quá trình từ "học" đến "hành", mà cũng là năm cấp độ tiến dần theo tuần tự.

Tháng 3 năm 2013, Tập Cận Bình đã trích dẫn câu "bác học chi, thẩm vấn chi, thận tư chi, minh biện chi, đốc hành chi" trong bài phát biểu tại Đại hội chào mừng kỷ niệm 80 năm thành lập Trường Đảng Trung ương và Lễ khai giảng kỳ học mùa xuân năm 2013, nhấn mạnh rằng công việc quá bận rộn tuyệt đối không phải là lý do để buông lỏng học tập, phải cố gắng dành thời gian để học tập và tận dụng thời gian một cách hiệu quả.

学如弓弩，才如箭镞

“学如弓弩，才如箭镞”，出自清代诗论家袁枚的《续诗品·尚识》，大意是学识像弓弩，才能如箭头，学识决定才能，正如弓弩引导箭头射出，才会命中靶心。无论阅读别人的作品，还是自己从事创作，学识的高低与深浅，都会直接影响到欣赏水平或创作效果。因此，我们在日常学习中，也需要锤炼出扎实丰厚的学识，这样才能更好地利用自己的才干完成工作目标。

2013年5月，习近平在同各界优秀青年代表座谈时的讲话中指出，“青年的素质和本领直接影响着实现中国梦的进程。古人说：‘学如弓弩，才如箭镞。’说的是学问的根基就好比是弓弩，才能就好比是箭头，只要依靠厚实的见识来引导，就可以让才能更好地发挥作用。青年人正处于学习的黄金时期，应该把学习作为首要任务，作为一种责任、一种精神追求、一种生活方式，树立梦想从学习开始、事业靠本领成就的观念，让勤奋学习成为青春远航的动力，让增长本领成为青春搏击的能量。”

Học như cung nỗ, tài như tiễn tộc

"Học như cung nỗ, tài như tiễn tộc (học thức như cung nỏ, tài năng như đầu tên)" có xuất xứ từ *Tục thi phẩm – Thượng thức của* Viên Mai, nhà phê bình thơ ca thời nhà Thanh, với đại ý là học thức giống như cung nỏ, tài năng giống như đầu tên, học thức quyết định tài năng, giống như cung nỏ định hướng cho mũi tên rồi bắn ra thì mới có thể bắn vào hồng tâm. Bất kể là đọc tác phẩm của người khác hay là tự mình sáng tác, trình độ học thức cao thấp và nông sâu đều ảnh hưởng trực tiếp đến trình độ thưởng thức và hiệu quả sáng tác. Do vậy, trong học tập thường ngày, chúng ta cũng phải rèn giũa để có được những kiến thức dồi dào vững chắc, như vậy mới có thể sử dụng tốt hơn tài năng của mình để hoàn thành mục tiêu công tác.

Tháng 5 năm 2013, trong bài phát biểu tại cuộc Toạ đàm với các đại biểu thanh niên tiêu biểu đến từ các giới, Tập Cận Bình chỉ ra rằng:"Tố chất và bản lĩnh của người trẻ ảnh hưởng trực tiếp đến tiến trình thực hiện giấc mơ Trung Quốc. Người xưa có câu:'Học như cung nỗ, tài như tiễn tộc.' Ý chỉ nền móng của học vấn giống như là cung nỏ, tài năng thì giống như là đầu mũi tên, chỉ cần định hướng bằng những kiến thức vững chắc thì có thể phát huy tốt hơn vai trò của tài năng. Người trẻ đang ở trong thời kỳ vàng về học tập, nên coi học tập là nhiệm vụ hàng đầu, coi đó là một trách nhiệm, một sự theo đuổi về tinh thần và một lối sống, xây dựng quan niệm ước mơ bắt đầu từ học tập, sự nghiệp dựa vào bản lĩnh mà nên, để cho việc chăm chỉ học hành trở thành động lực cho tuổi thanh xuân giương buồm đi xa, để cho việc nâng cao bản lĩnh trở thành sức mạnh cho tuổi thanh xuân vật lộn cùng sóng gió."

厚积薄发

厚积薄发，即充分地积累，少量地释放，多指学术研究或文艺创作等首先要广泛汲取前人已有的知识和成果，待有了深厚的积累和坚实的基础，再逐步从事学术研究或文艺创作，尝试提出独到见解或在前人的基础上有所创造。也指一个国家、一个企业在某一领域或某一方面经过长期的积累，开始逐渐展现其实力、创新力及开拓新的局面等。其核心内涵是，凡事不可急于求成，应注重积累，充分准备，才能把事情做好。

2014年10月，习近平在文艺工作座谈会上指出，古往今来，文艺巨制无不是厚积薄发的结晶，文艺魅力无不是内在充实的显现。

Hậu tích bạc phát

Hậu tích bạc phát (tích luỹ nhiều, dùng ít một) tức là tích luỹ một cách đầy đủ rồi bỏ ra từng ít một, thường dùng để chỉ việc nghiên cứu khoa học hoặc sáng tác văn nghệ, v.v. trước hết phải tiếp thu rộng rãi những kiến thức và thành quả sẵn có của người đi trước, để khi nào tích luỹ được nhiều và có được nền tảng vững chắc thì mới từng bước thực hiện nghiên cứu khoa học hoặc sáng tác văn nghệ, cố gắng đưa ra những kiến giải độc đáo hoặc thực hiện sáng tạo trên cơ sở của người đi trước. Cũng dùng để chỉ một quốc gia, một doanh nghiệp từng bước bắt đầu thể hiện sức mạnh, sức sáng tạo của mình và mở ra cục diện mới, v.v. qua sự tích luỹ lâu dài trong một lĩnh vực hoặc một phượng diện nào đó. Với nội hàm cốt lõi là bất cứ làm việc gì cũng không thể mong muốn thành công ngay, cần chú trọng tích luỹ, chuẩn bị đầy đủ thì mới có thể làm tốt công việc.

Tháng 10 năm 2014, tại cuộc Toạ đàm công tác văn nghệ, Tập Cận Bình chỉ ra, từ xưa đến nay, những tác phẩm văn nghệ vĩ đại đều là kết tinh của quá trình tích luỹ nhiều và dùng ít một, sức hấp dẫn của văn nghệ đều là sự hiển hiện của sự phong phú dồi dào ở bên trong.

温故而知新

“温故而知新”出自《论语》，意为温习旧有的知识，并获得新的理解与体会。前人对“温故而知新”的理解主要有两种：其一，将“温故”与“知新”理解为并列的两方面，认为在“温故”的同时就逐步获得新知，“知新”在“温故”的过程中得以实现；其二，将“温故”理解为“知新”的前提与基础，认为没有“温故”，就不可能“知新”，“新”是“故”的进一步发展，并且摒弃了其中陈腐的旧见。在今天，“温故而知新”已经超出一般学习方法的范畴，被视作个体、企业、组织甚至一个国家自我成长的基本机理，涵盖旧与新、古与今、已知与未知、继承与创新等辩证思想。

2014年9月，习近平在纪念孔子诞辰2565周年国际学术研讨会暨国际儒学联合会第五届会员大会开幕会上引用“温故而知新”，强调前人传承的知识积累了人们历史上对处理人、社会、自然三者关系的重要认知和经验，今人创造的知识形成了人们应对时代问题的智慧和探索，这两方面的知识对人类继往开来都十分重要。

Ôn cố nhi tri tân

"Ôn cố nhi tri tân (xét cũ mà biết mới)" có xuất xứ từ *Luận ngữ*, có nghĩa là ôn lại những tri thức đã có và đạt được những hiểu biết và nhận thức mới. Người xưa có hai cách lý giải chính về "ôn cố nhi tri tân": Thứ nhất, coi "ôn cố (xét cũ)" và "tri tân (biết mới)" là hai phương diện ngang hàng, cho rằng khi "xét cũ" thì sẽ từng bước có được những kiến thức mới, "biết mới" được thực hiện trong quá trình"xét cũ"; thứ hai, coi "xét cũ" là tiền đề và nền tảng của "biết mới", cho rằng không "xét cũ" thì sẽ không thể "biết mới", "mới" là sự phát triển của "cũ" và đã loại bỏ những quan niệm cũ kỹ hủ bại trong đó. Trong ngày nay thì "ôn cố nhi tri tân" đã vượt ra khỏi phạm trù phương pháp học tập thông thường, được coi là một quy luật cơ bản để một cá thể, doanh nghiệp, tổ chức thậm chí là một quốc gia thực hiện phát triển bản thân, bao gồm những tư tưởng biện chứng như cũ với mới, cổ với kim, đã biết với chưa biết và kế thừa với sáng tạo, v.v.

Tháng 9 năm 2014, Tập Cận Bình đã trích dẫn câu "ôn cố nhi tri tân" tại Hội thảo khoa học quốc tế nhân dịp kỷ niệm 2.565 năm ngày sinh của Khổng Tử và Lễ khai mạc Đại hội thành viên lần thứ 5 của Hội Liên hiệp Nho học Quốc tế, nhấn mạnh rằng những kiến thức được kế thừa từ người trước đã tích luỹ những nhận thức và kinh nghiệm quan trọng của con người về việc xử lý mối quan hệ giữa con người, xã hội và thiên nhiên trong lịch sử, những kiến thức được sáng tạo bởi người thời nay đã tạo nên trí tuệ và sự tìm tòi của người ta để ứng phó với các vấn đề thời đại, cả hai loại kiến thức này đều hết sức quan trọng đối với loài người trong việc kế thừa quá khứ, gợi mở tương lai.

读万卷书，行万里路

“读万卷书，行万里路”，出自董其昌《画禅室随笔》，意为要努力读书，尽可能多地了解书本知识，掌握间接经验；同时要尽可能多地接触实际，丰富自己的亲身体验，开阔眼界、增进见识。只有理论与实际相结合，间接经验与直接经验相结合，才能既有真才实学，又能学以致用。

2013年3月，习近平在俄罗斯中国旅游年开幕式上引用“读万卷书，行万里路”，指出中华民族自古就把旅游和读书结合在一起，旅游是传播文明、交流文化、增进友谊的桥梁，是人民生活水平提高的一个重要指标。

Độc vạn quyển thư, hành vạn lý lộ

"Độc vạn quyển thư, hành vạn lý lộ (đọc vạn quyển sách, đi vạn dặm đường)" có xuất xứ từ *Hoạ thiền thất tuỳ bút* của Đổng Kỳ Xương, có nghĩa là phải chăm chỉ đọc sách, cố gắng tìm hiểu nhiều hơn về những kiến thức trong sách đọc, nắm bắt kinh nghiệm gián tiếp; đồng thời phải cố gắng tiếp xúc nhiều hơn với thực tế, làm phong phú trải nghiệm của bản thân, mở rộng tầm nhìn, tăng thêm kiến thức. Chỉ có kết hợp lý luận với thực tế, kết hợp kinh nghiệm gián tiếp với kinh nghiệm trực tiếp thì mới có thể vừa có tài năng và học thức thực sự, vừa có thể vận dụng những kiến thức đã học vào thực tế.

Tháng 3 năm 2013, Tập Cận Bình đã trích dẫn câu "độc vạn quyển thư, hành vạn lý lộ" tại Lễ khai mạc Năm du lịch Trung Quốc diễn ra tại Nga, chỉ ra rằng dân tộc Trung Hoa từ xưa đã luôn gắn du lịch với đọc sách, du lịch là nhịp cầu để truyền bá văn minh, giao lưu văn hoá và thúc đẩy tình hữu nghị, là một chỉ tiêu quan trọng về sự nâng cao của mức sống nhân dân.

千里之行，始于足下

“千里之行，始于足下”，语出《道德经》，意为哪怕千里远的行程，也要从迈第一步开始。这句话多用来形容大事都是由小事逐渐发展演变而来的，再远大的目标也要从点滴小事做起，逐步实现；引申说明任何事情都需要从头做起，一个好的开始往往是事情成败的关键，远大的理想和抱负需要脚踏实地地推动，才能完成既定的任务。

2021年11月，习近平在中非合作论坛第八届部长级会议开幕式上的主旨演讲中引用“千里之行，始于足下”，站在构建新时代中非命运共同体的历史起点上提出了4点务实主张。

Thiên lý chi hành, thuỷ vu túc hạ

"Thiên lý chi hành, thuỷ vu túc hạ (hành trình ngàn dặm, bắt đầu từ bước chân)" có xuất xứ từ *Đạo đức kinh*, có nghĩa là cho dù hành trình xa ngàn dặm thì cũng phải được bắt đầu từ bước chân đầu tiên. Câu này thường được dùng để hình dung những việc lớn đều là được phát triển và diễn biến dần từ việc nhỏ, dù mục tiêu có lớn đến đâu thì cũng phải bắt đầu làm từ từng việc nhỏ và được thực hiện từng bước; với nghĩa bóng là bất cứ làm việc gì thì cũng phải bắt đầu từ đầu, một sự khởi đầu tốt luôn là điều then chốt cho sự thành bại của sự việc, những lý tưởng và hoài bão cao xa cần được thúc đẩy một cách vững chắc, thiết thực thì mới có thể hoàn thành được những nhiệm vụ đã đặt ra.

Tháng 11 năm 2011, Tập Cận Bình đã trích dẫn câu "thiên lý chi hành, thuỷ vu túc hạ" trong bài phát biểu chính tại Lễ khai mạc Hội nghị cấp Bộ trưởng lần thứ 8 Diễn đàn hợp tác Trung Quốc – châu Phi, và đưa ra 4 chủ trương thiết thực trên khởi điểm lịch sử tạo dựng cộng đồng cùng chung vận mệnh Trung Quốc – châu Phi thời đại mới.

路漫漫其修远兮，吾将上下而求索

“路漫漫其修远兮，吾将上下而求索”，出自屈原《离骚》，大意为在追寻真理方面，前方的道路还很漫长，但我将百折不挠、不遗余力地去追求和探索。

2016年7月，习近平在庆祝中国共产党成立95周年大会上引用“路漫漫其修远兮，吾将上下而求索”，阐述从实现“两个一百年”奋斗目标，到实现中华民族伟大复兴的中国梦，中国正在奋斗的历史征程中，以此激励全党同志“不忘初心、继续前进”。

Lộ mạn mạn kỳ tu viễn hề, ngô tương thượng hạ nhi cầu sách

"Lộ mạn mạn kỳ tu viễn hề, ngô tương thượng hạ nhi cầu sách (đường mênh mông và xa xôi này, ta sẽ chịu khó tìm tòi)" có xuất xứ từ "Ly Tao" của Khuất Nguyên, với đại ý là về việc theo đuổi chân lý, đường đi phía trước vẫn còn mênh mông xa xôi, nhưng tôi sẽ bền chí bất khuất, dốc hết sức mình để theo đuổi và tìm tòi.

Tháng 7 năm 2016, tại Đại hội chào mừng kỷ niệm 95 năm thành lập Đảng Cộng sản Trung Quốc, khi trình bày về hành trình lịch sử Trung Quốc đang phấn đấu từ thực hiện mục tiêu phấn đấu "hai *Một trăm năm*" đến thực hiện giấc mơ Trung Quốc phục hưng vĩ đại dân tộc Trung Hoa, Tập Cận Bình đã trích dẫn câu "lộ mạn mạn kỳ tu viễn hề, ngô tương thượng hạ nhi cầu sách" để khuyến khích các đồng chí trong toàn Đảng "không quên nguyện ước ban đầu, tiếp tục tiến về phía trước".

穷则变，变则通，通则久

“穷则变，变则通，通则久”，出自《周易·系辞下》，意为事物达到极限就会发生变化，发生变化才能通顺，通顺则能长久，这是对事物变化规律的一种认识。也就是说，事物处于不断的变化之中，并会在极致时朝向对立面转化。人应该把握这一事物变化规律，在穷极之时寻找变化的契机，促成事物的改变，以实现通顺长久的发展。这一理念概括了自然变化的一个基本特征，即万事万物发展到一定阶段，会遇到瓶颈，原先有利的条件也会成为进一步发展的障碍。这时要主动适应，在变化中寻求新的发展路径，并通过不断动态调整，保证工作、事业能够稳定持续地发展。

习近平在纪念中国人民抗日战争暨世界反法西斯战争胜利69周年座谈会和在中国科学院第十九次院士大会、中国工程院第十四次院士大会上的讲话中均提到了“穷则变，变则通，通则久”。

Cùng tắc biến, biến tắc thông, thông tắc cửu

"Cùng tắc biến, biến tắc thông, thông tắc cửu (khi cùng tận thì sẽ biến hoá, có biến hoá thì mới thông đạt, đã thông đạt thì mới lâu bền)" có xuất xứ từ *Chu dịch – Hệ từ hạ*, ý chỉ sự vật phát triển đến cực điểm thì ắt sẽ biến hoá, sau khi biến hoá thì mới có thể thông đạt, đã thông đạt thì mới có thể lâu bền, đây là một nhận thức về quy luật thay đổi của sự vật. Cũng có nghĩa là sự vật luôn thay đổi không ngừng và sẽ chuyển sang hướng đối lập khi cùng tận. Con người nên nắm bắt quy luật thay đổi của sự vật này, tìm kiếm cơ hội thay đổi khi đạt đến cùng cực, thúc đẩy sự thay đổi của sự vật để thực hiện sự phát triển thông đạt, lâu bền. Quan niệm này đã khái quát một đặc trưng cơ bản về sự thay đổi của tự nhiên, tức mọi sự vật phát triển đến giai đoạn nhất định thì sẽ gặp phải nút thắt cổ chai, những điều kiện có lợi vốn có cũng sẽ trở thành những cản trở cho sự phát triển tiếp theo. Lúc này thì phải chủ động thích ứng để tìm kiếm đường lối phát triển mới trong sự thay đổi, và đảm bảo các công việc, sự nghiệp được phát triển ổn định, bền vững thông qua việc thực hiện sự điều chỉnh liên tục, năng động.

Trong các bài phát biểu tại cuộc Toạ đàm kỷ niệm 69 năm ngày thắng lợi của cuộc kháng chiến chống Nhật của nhân dân Trung Quốc và chiến tranh chống phát xít thế giới, Đại hội Viện sĩ lần thứ 19 Viện Khoa học Trung Quốc và Đại hội Viện sĩ lần thứ 14 Viện Kỹ thuật Trung Quốc, Tập Cận Bình đều đã nhắc đến câu "cùng tắc biến, biến tắc thông, thông tắc cửu".

君子一言，驷马难追

“君子一言，驷马难追”，出自《论语》，意为一句话说出了口，就是套上四匹马的快车也难追上。形容话已说出口，就没法再收回。也指代君子重诺，不会轻易违背自己的诺言，而中国人历来讲究以真诚之心，行信义之事。

2013年3月，习近平在接受金砖国家媒体联合采访时指出，中国已经多次向国际社会庄严承诺，将坚定不移走和平发展道路，永远不称霸，永远不搞扩张。君子一言，驷马难追，实践已经证明中国是说到做到的。中国也希望世界各国都走和平发展道路，共同致力于促进世界和平与发展。

Quân tử nhất ngôn, tứ mã nan truy

"Quân tử nhất ngôn, tứ mã nan truy (một lời thốt ra, bốn ngựa đuổi không kịp)" có xuất xứ từ *Luận ngữ*, ý chỉ một lời đã thốt ra thì cho dù là xe bốn ngựa chạy rất nhanh thì cũng khó có thể đuổi kịp. Dùng để hình dung một khi lời nói đã được nói ra thì không thể rút lại được. Cũng để chỉ người quân tử trọng lời hứa, không tuỳ tiện làm trái lời hứa của mình, mà người Trung Quốc luôn coi trọng việc giữ tín nghĩa bằng tấm lòng chân thành.

Tháng 3 năm 2013, khi trả lời phỏng vấn chung của các phương tiện truyền thông các quốc gia BRICS, Tập Cận Bình chỉ ra, Trung Quốc đã nhiều lần đưa ra những cam kết trang nghiêm với cộng đồng quốc tế rằng Trung Quốc sẽ kiên định vững vàng đi theo con đường phát triển hoà bình, mãi mãi không xưng bá, mãi mãi không bành trướng. Một lời thốt ra, bốn ngựa đuổi không kịp, thực tiễn đã chứng minh rằng hễ Trung Quốc đã nói là nhất định thực hiện được. Trung Quốc cũng mong muốn các nước trên thế giới đều đi theo con đường phát triển hoà bình, cùng dốc sức vào việc thúc đẩy hoà bình và phát triển của thế giới.

言必信，行必果

“言必信，行必果”，出自《论语》，意为说话一定要有诚信，做事一定要有成效。儒家认为，统治者要言而有信、取信于民，只有这样才能得到百姓拥戴，也只有这样百姓才能敢于说出真话。后世在运用这一术语时，多强调一个人应该讲求诚信、做事有始有终，不仅要兑现承诺，而且要言行一致。

2017年1月，习近平在中国共产党第十八届中央纪律检查委员会第七次全体会议上的讲话中强调，我们的先人们有大量劝导人们向上向善的警句名言，如“言必信，行必果”等，这些有益的思想观点，要结合时代条件加以继承和发扬，以坚守中国人的价值观，保持做人干事的精神风骨。

Ngôn tất tín, hành tất quả

"Ngôn tất tín, hành tất quả (đã nói là phải giữ lời, đã làm là phải có hiệu quả)" có xuất xứ từ *Luận ngữ*, có nghĩa là nói lời nhất định phải giữ chữ tín, làm việc thì nhất định phải có hiệu quả. Nho gia cho rằng, nhà thống trị phải giữ chữ tín trong lời nói và lấy được lòng tin của dân, chỉ có như vậy thì mới có thể nhận được sự ủng hộ và yêu mến của trăm họ, cũng chỉ có như vậy thì trăm họ mới dám nói ra những lời chân thực. Khi sử dụng câu thuật ngữ này, hậu thế thường nhấn mạnh một người nên coi trọng chữ tín, làm việc đến nơi đến chốn, không những phải thực hiện lời hứa mà lời nói phải đi đôi với hành động.

Tháng 1 năm 2017, trong bài phát biểu tại Hội nghị toàn thể lần thứ 7 Uỷ ban Kiểm tra Kỷ luật Trung ương khoá XVIII của Đảng Cộng sản Trung Quốc, Tập Cận Bình nhấn mạnh, tổ tiên ta có rất nhiều những câu danh ngôn, cách ngôn dùng để khuyên răn người ta tích cực vươn lên và hướng tới cái thiện, chẳng hạn như "ngôn tất tín, hành tất quả", v.v. những quan điểm tư tưởng bổ ích này phải được kế thừa và phát huy trên cơ sở kết hợp với các điều kiện thời đại, để giữ vững giá trị quan của người Trung Quốc, giữ gìn khí phách tinh thần về cả làm người và làm việc.

吾日三省吾身

“吾日三省吾身”出自《论语》，意指每天多次反省自己、检视自己，发现自身缺点，弥补自身不足。“吾日三省吾身”是儒家所主张的一种道德方法，认为德行的确立取决于自身的努力和追求，因此需要时时反省自己的言行与内心，并以此作为修养道德的基本方法。

2013年6月，习近平在党的群众路线教育实践活动工作会议上谈及“照镜子、正衣冠、洗洗澡、治治病”的总要求时，指出正衣冠，主要是在照镜子的基础上，按照为民务实清廉的要求，勇于正视缺点和不足，严明党的纪律特别是政治纪律，敢于触及思想、正视矛盾和问题，从自己做起，从现在改起，端正行为，自觉把党性修养正一正、把党员义务理一理、把党纪国法紧一紧，保持共产党人良好形象。正衣冠往往一天一次不够，需要“吾日三省吾身”。

Ngô nhật tam tỉnh ngô thân

"Ngô nhật tam tỉnh ngô thân (mỗi ngày tự kiểm điểm ba lần)" có xuất xứ từ *Luận ngữ,* ý chỉ mỗi ngày tự kiểm điểm, xem xét lại bản thân mình nhiều lần để phát hiện những khuyết điểm và bù đắp những khiếm khuyết của mình. "Ngô nhật tam tỉnh ngô thân" là một chuẩn mực đạo đức mà Nho gia chủ trương, cho rằng việc xác định đức hạnh được quyết định bởi những nỗ lực và theo đuổi của bản thân, do vậy phải luôn tự kiểm điểm những lời nói và suy nghĩ của mình và coi đây là phương pháp cơ bản để tu dưỡng đạo đức.

Tháng 6 năm 2013, khi bàn về yêu cầu tổng thể "soi gương, chỉnh áo mũ, tắm rửa, chữa bệnh" tại Hội nghị công tác hoạt động giáo dục thực tiễn về đường lối quần chúng của Đảng, Tập Cận Bình chỉ ra rằng chỉnh áo mũ chủ yếu là chỉ theo yêu cầu làm việc thiết thực và liêm khiết vì dân trên cơ sở soi gương, can đảm nhìn thẳng vào những khuyết điểm và khiếm khuyết, làm nghiêm minh kỷ luật của Đảng đặc biệt là kỷ luật chính trị, dám đụng chạm vào tư tưởng, nhìn thẳng vào mâu thuẫn và vấn đề, bắt đầu làm từ chính mình, bắt đầu chỉnh sửa ngay từ bây giờ, chấn chỉnh hành vi, tự giác nghiêm chỉnh tu dưỡng tính Đảng, thực hiện đầy đủ nghĩa vụ của Đảng viên cũng như tuân thủ nghiêm ngặt kỷ luật của Đảng và luật pháp của nhà nước, giữ gìn hình ảnh tốt đẹp của người Cộng sản. Đối với việc chỉnh áo mũ thì mỗi ngày một lần thường là chưa đủ, cần "ngô nhật tam tỉnh ngô thân".

从善如登，从恶如崩

“从善如登，从恶如崩”，出自《国语》，大意为顺从良善如登山一样艰难，屈从邪恶如山崩一般迅速。从善之难，从恶之易，是古代先贤的劝世箴言，广为后世政治家所重视。要舍恶从善，一是内心要有强大的信念做“防护堤”，二是要有良师益友互为提点。立志须坚，交友须慎，对于青年群体来说尤为切要。

2013年5月，习近平在同各界优秀青年代表座谈时强调，青年人要牢记“从善如登，从恶如崩”的道理，始终保持积极的人生态度、良好的道德品质、健康的生活情趣。

Tòng thiện như đăng, tòng ác như băng

"Tòng thiện như đăng, tòng ác như băng (thuận theo cái thiện khó như leo núi, luồn cúi trước cái ác dễ như núi lở)" có xuất xứ từ *Quốc ngữ*, đại ý là chỉ thuận theo cái thiện thì gian nan, khó khăn như leo núi, luồn cúi trước cái ác thì nhanh chóng, dễ dàng như núi lở. Làm điều thiện là khó, làm điều ác thì dễ là câu châm ngôn để khuyên răn mọi người của tiên hiền thời xưa, được các nhà chính trị đời sau coi trọng. Muốn loại bỏ cái ác và thuận theo cái thiện, một là phải xây dựng "đê phòng hộ" với niềm tin mạnh mẽ trong lòng, hai là phải có sự giám sát và nhắc nhở của thầy tốt bạn hiền. Xây dựng ý chí kiên định và thận trọng khi kết bạn là điều hết sức thiết yếu đối với tầng lớp thanh niên.

Tháng 5 năm 2013, tại cuộc Toạ đàm với các đại biểu thanh niên tiêu biểu các giới, Tập Cận Bình nhấn mạnh rằng người thanh niên phải ghi nhớ đạo lý "tòng thiện như đăng, tòng ác như băng", luôn giữ gìn thái độ nhân sinh tích cực, phẩm chất đạo đức tốt đẹp và thú vui cuộc sống lành mạnh.

满招损，谦受益

“满招损，谦受益”，语出《尚书》，意为骄傲自满会招致损害，谦虚谨慎会得到益处。“满”即自满、自负；“谦”即“敬”，由衷地恭顺谨慎。古人认为，一切都在不断变化，优劣成败会转化；人需要与时俱进，不断努力，不能满足于已经取得的成绩而裹足不前；要谦虚谨慎、虚怀若谷，时时克服自身的不足。

2012年12月，习近平与在华工作的外国专家座谈时谈到“满招损，谦受益”，指出中国已经取得举世瞩目的发展成就，但仍是一个发展中国家，仍然面临一系列严峻挑战，还有许多需要面对和解决的问题。我们既不妄自菲薄，也不妄自尊大，更加注重学习吸收世界各国人民创造的优秀文明成果，同世界各国相互借鉴、取长补短。

Mãn chiêu tổn, khiêm thụ ích

"Mãn chiêu tổn, khiêm thụ ích (tự mãn dẫn đến tai họa, khiêm tốn thì được hưởng lợi)" có xuất xứ từ *Thượng thư*, có nghĩa là kiêu ngạo tự mãn sẽ dẫn đến tai họa, khiêm tốn cẩn trọng thì sẽ thu được lợi ích. "Mãn" tức là tự mãn, tự phụ; "khiêm" tức là "kính", kính cẩn từ đáy lòng. Người xưa cho rằng, tất cả mọi sự vật đều không ngừng thay đổi, cái hay và cái dở, sự thành và bại có thể chuyển hoá cho nhau; con người phải tiến cùng thời đại, không ngừng nỗ lực, không thể thoả mãn trước những thành tích đã đạt được rồi giậm chân tại chỗ; phải khiêm tốn cẩn trọng và có tấm lòng rộng mở, luôn luôn khắc phục những khiếm khuyết của bản thân.

Tháng 12 năm 2012, Tập Cận Bình đã nhắc đến câu "mãn chiêu tổn, khiêm thụ ích" tại cuộc Toạ đàm với các chuyên gia nước ngoài làm việc tại Trung Quốc, chỉ ra rằng cho dù đã giành được những thành tựu phát triển được cả thế giới quan tâm, nhưng Trung Quốc vẫn là một nước đang phát triển, vẫn đứng trước nhiều thách thức gay gắt, và vẫn còn rất nhiều vấn đề cần phải đối mặt và giải quyết. Chúng tôi không hề tự coi nhẹ mình, cũng không hề tự cao tự đại, phải chú trọng hơn nữa việc học hỏi và tiếp thu những thành quả văn minh ưu tú do nhân dân các nước trên thế giới sáng tạo, cùng các nước trên thế giới học hỏi lẫn nhau và lấy dài bù ngắn.

敬业乐群

“敬业乐群”语出《礼记》，意为认真恭谨地对待自己的分内之事，乐于与人相处。“业”本指学业，也可理解为自己所从事的职业、工作及分内之事；“群”本指同学、朋友，也可理解为团队和社会。“敬业”强调的是业务性，“乐群”强调的是社会性。具备这两方面特质，被认为是对每一个受教育者或职业人的基本要求，这也是构成健康、良好社会的基本条件。

2014年10月，习近平在文艺工作座谈会上指出，中华民族在长期实践中培育和形成了独特的思想理念和道德规范，有崇仁爱、重民本、守诚信、讲辩证、尚和合、求大同等思想，有自强不息、敬业乐群、扶正扬善、扶危济困、见义勇为、孝老爱亲等传统美德。中华优秀传统文化中很多思想理念和道德规范，不论过去还是现在，都有其永不褪色的价值。

Kính nghiệp lạc quần

"Kính nghiệp lạc quần (chăm chỉ học hành, vui lòng thảo luận, dùi mài với bạn bè và bạn học)" có xuất xứ từ *Lễ ký,* ý chỉ chăm chỉ, kính cẩn với phận sự của mình, chung sống hài hòa với những người xung quanh. "Nghiệp" vốn là chỉ học hành, cũng có thể được hiểu là nghề nghiệp, công việc và phận sự của mình; "quần" vốn là chỉ bạn học, bạn bè, cũng có thể được hiểu là một nhóm hoặc xã hội. "Kính nghiệp" nhấn mạnh tính chất nghiệp vụ, còn "lạc quần" thì nhấn mạnh tính chất xã hội. Việc có được hai phẩm chất đặc biệt này được coi là yêu cầu cơ bản đối với mỗi người được giáo dục hoặc mỗi người làm công, và đây cũng là điều kiện cơ bản để tạo dựng xã hội lành mạnh, tốt đẹp.

Tháng 10 năm 2014, tại cuộc Toạ đàm công tác văn nghệ, Tập Cận Bình chỉ ra rằng dân tộc Trung Hoa đã vun đắp và hình thành nên những quan niệm tư tưởng và quy phạm đạo đức độc đáo, trong đó bao gồm những tư tưởng như tôn sùng nhân ái, coi trọng việc lấy dân làm gốc, giữ chữ tín, coi trọng sự biện chứng, tôn sùng sự hài hoà, hoà hợp và cầu đại đồng, v.v. cũng như những đạo đức truyền thống tốt đẹp như tự cường không nghỉ, kính nghiệp lạc quần, phò chính dương thiện, cứu khốn phò nguy, dám làm việc nghĩa, có hiếu với người già và yêu thương người thân, v.v. Bất kể là trong quá khứ hay ngày nay, rất nhiều những quan niệm tư tưởng và quy phạm đạo đức trong văn hoá truyền thống ưu tú Trung Hoa đều mang đậm những giá trị không bao giờ phai nhạt.

君子之交淡如水

“君子之交淡如水”出自《庄子》，意为君子之间的交情建立在道义基础之上，高雅纯净，清淡如水。君子之间的交往，与“小人之交”相对。“君子”是品德高尚的人，他们之间的交往是因为志同道合，看似平淡如水，实则情深义重；“小人”是品德低下的人，他们之间的交往是为了谋取私利，看似表面亲密，实则利尽义绝。“君子之交”自古为中国人所崇尚，其中蕴含着重道义、轻私利，褒君子、贬小人的价值观念。

2013年3月，习近平在参加十二届全国人大一次会议江苏代表团审议时强调，现在的社会，诱惑太多，围绕权力的陷阱太多。面对纷繁的物质利益，要做到君子之交淡如水，“官”“商”交往要有道，相敬如宾，而不要勾肩搭背、不分彼此，要划出公私分明的界限。

Quân tử chi giao đạm như thuỷ

"Quân tử chi giao đạm như thuỷ (quân tử kết giao đạm bạc như nước)" có xuất xứ từ *Trang Tử,* ý chỉ tình cảm kết giao giữa những người quân tử được xây dựng trên cơ sở đạo nghĩa, tao nhã thuần khiết, đạm bạc như nước. Sự kết giao giữa người quân tử đối lập với "sự kết giao giữa kẻ tiểu nhân". "Quân tử" là những người có phẩm chất đạo đức cao thượng, họ kết giao là do cùng chung chí hướng, có vẻ đạm bạc như nước nhưng thực ra là tình sâu nghĩa nặng; "tiểu nhân" là những người có phẩm chất đạo đức thấp kém, chúng kết giao là để mưu cầu tư lợi, bề ngoài giống như thân mật nhưng thực ra một khi đã hết lợi thì sẽ không còn đạo nghĩa chút nào nữa. "Tình cảm kết giao giữa những người quân tử" từ xưa đã được người Trung Quốc tôn sùng, trong đó bao hàm quan niệm giá trị coi trọng đạo nghĩa, xem nhẹ tư lợi, khen ngợi người quân tử và hạ thấp kẻ tiểu nhân.

Tháng 3 năm 2013, khi tham gia cuộc thảo luận của đoàn đại biểu tỉnh Giang Tô tại Hội nghị lần thứ 1 Đại hội đại biểu nhân dân toàn quốc khoá XII, Tập Cận Bình nhấn mạnh rằng trong xã hội ngày nay có rất nhiều những cám dỗ và những cạm bẫy xoay quanh quyền lực. Trước những lợi ích vật chất rối ren phức tạp, phải thực hiện đúng việc quân tử kết giao đạm bạc như nước, "quan chức" và "doanh nhân" đi lại phải coi trọng đạo nghĩa, tôn trọng lẫn nhau, đối xử với nhau như khách, chứ không thể quá thân mật như kiểu bám vai nhau mà không phân biệt bên này với bên kia, phải vạch ra ranh giới rõ ràng giữa công và tư.

民本篇

Lấy dân làm gốc

民惟邦本

“民惟邦本”出自《尚书》，指民众是国家的根本或基础，只有百姓安居乐业、生活稳定，国家才能安定。“民惟邦本”的民本思想警示统治者要重视人民的力量，因而治理的关键在于实行仁政德治，以民生优先。中国共产党作为执政党，始终坚持“江山就是人民，人民就是江山”的鲜明立场，始终践行“全心全意为人民服务”的根本宗旨，始终依靠人民推动历史前进。

中共十八大以来，习近平在系列重要讲话中多次引用“民惟邦本，本固邦宁”的政治格言，充分表达了他一贯坚持的“以民为本，执政为民”的治国理念。2014年5月，习近平在北京大学师生座谈会上的讲话中将“民惟邦本”列为中华文化核心理念的第一条。

Dân duy bang bản

"Dân duy bang bản (nhân dân là gốc rễ của đất nước)" có xuất xứ từ *Thượng thư*, chỉ dân chúng là gốc rễ hoặc nền móng của đất nước, chỉ có trăm họ an cư lạc nghiệp và có cuộc sống ổn định thì đất nước mới được yên bình. Tư tưởng lấy dân làm gốc "dân duy bang bản" khuyên răn nhà thống trị phải coi trọng sức mạnh của nhân dân, do đó mà điều then chốt trong việc trị vì nằm ở việc thực hiện nhân chính và đức trị, lấy dân sinh làm ưu tiên. Là một đảng cầm quyền, Đảng Cộng sản Trung Quốc luôn kiên trì lập trường rõ ràng "non sông tức là nhân dân, nhân dân chính là non sông", luôn thực hiện tôn chỉ căn bản "hết lòng hết dạ phục vụ nhân dân", luôn dựa vào nhân dân để thúc đẩy lịch sử tiến về phía trước.

Kể từ Đại hội Đảng XVIII đến nay, Tập Cận Bình đã nhiều lần trích dẫn câu cách ngôn chính trị "dân duy bang bản, bản cố bang ninh (nhân dân là gốc rễ của đất nước, gốc rễ ổn định thì đất nước mới được yên bình)" trong các bài phát biểu quan trọng của mình, điều này đã thể hiện đầy đủ quan niệm quản lý đất nước "lấy dân làm gốc, cầm quyền vì dân" mà Tập Cận Bình luôn kiên trì. Tháng 5 năm 2014, trong bài phát biểu tại cuộc Toạ đàm với giáo viên và sinh viên của trường Đại học Bắc Kinh, Tập Cận Bình đã liệt "dân duy bang bản" làm điều thứ nhất trong các quan niệm cốt lõi của nền văn hoá Trung Hoa.

天时地利人和

“天时地利人和”出自《孟子》：“天时不如地利，地利不如人和。”此外，《孙膑兵法》也提到：“天时、地利、人和，三者不得，虽胜有殃。”这一观念强调作战时的自然气候条件、地理环境和人心向背等因素均应予以深思熟虑。“天时”本指作战时的有利气候，泛指时间上的各种有利条件，包括天气、时机、机遇等；“地利”本指作战时的有利地形，泛指空间上的各种有利条件，包括地形、地势、区位等；“人和”本指得到人们拥护，上下同心、团结一致，泛指人的优势。古人认为，它们是事关成败的三种最重要的因素，其中首要的是“人和”。这一观念反映了中国人考虑问题的三个基本向度——时间（时机）、空间（环境）和人，体现了“以人为本”的基本理念。

2013年6月，习近平在出席中墨企业家会议时指出，中墨经贸合作具有天时地利人和，发展前景广阔。希望两国各

Thiên thời, địa lợi, nhân hoà

"Thiên thời, địa lợi, nhân hoà (khí hậu có lợi, địa hình có lợi, nhân dân ủng hộ)" bắt nguồn từ câu: "Thiên thời bất như địa lợi, địa lợi bất như nhân hoà (thiên thời không bằng địa lợi, địa lợi không bằng nhân hoà)" trong *Mạnh Tử*. Ngoài ra, *Tôn Tẫn binh pháp* cũng nói rằng: "Thiên thời, địa lợi, nhân hoà, tam giả bất đắc, tuy thắng hữu ương (thiên thời, địa lợi, nhân hoà, nếu không có được cả ba yếu tố này thì cho dù giành được thắng lợi tạm thời cũng sẽ để lại tai hoạ)." Quan niệm này nhấn mạnh cần xem xét đầy đủ các yếu tố như điều kiện khí hậu tự thiên, môi trường địa lý và sự ủng hộ hay phản đối của nhân dân, v.v. trong khi tác chiến. "Thiên thời" vốn là chỉ khí hậu có lợi khi tác chiến, phiếm chỉ các điều kiện có lợi về thời gian, trong đó bao gồm thời tiết, thời cơ và cơ hội, v.v.; "địa lợi" vốn chỉ địa hình có lợi khi tác chiến, phiếm chỉ các điều kiện có lợi về không gian, trong đó bao gồm địa hình, địa thế và vị trí, v.v.; "nhân hoà" vốn là chỉ nhận được sự ủng hộ của nhân dân, trên dưới đồng lòng, đoàn kết nhất trí, phiếm chỉ thế mạnh về con người. Người xưa cho rằng, chúng là ba yếu tố quan trọng nhất liên quan đến sự thành bại, trong đó quan trọng nhất là "nhân hoà". Quan niệm này đã phản ánh ba góc độ cơ bản của người Trung Quốc trong khi xem xét vấn đề, đó là thời gian (thời cơ), không gian (môi trường) và con người, thể hiện quan niệm cơ bản "lấy dân làm gốc".

Tháng 6 năm 2013, tại Hội nghị các nhà doanh nghiệp Trung Quốc – Mê-hi-cô, Tập Cận Bình chỉ ra rằng hợp tác kinh tế thương mại giữa Trung Quốc và Mê-hi-cô có đầy đủ

界携起手来，始终将对方发展视为自身发展的重要机遇，图发展、谋共赢，为中墨关系开创更加美好未来。

thiên thời, địa lợi, nhân hoà và có triển vọng phát triển rộng lớn. Mong rằng các giới hai nước chung tay hợp tác, luôn coi sự phát triển của đối tác là cơ hội quan trọng cho sự phát triển của bản thân, mưu cầu phát triển và cùng thắng, mở ra tương lai tốt đẹp hơn cho mối quan hệ giữa Trung Quốc và Mê-hi-cô.

政得其民

“政得其民”出自《孟子》，意为治理国家要得到人民的认可，政令施行要重视民心民意。中国人认为，民心是最大的政治。一个政党，一个政权，其前途和命运最终取决于人心向背。

2014年10月，习近平在中共十八届中央政治局第十八次集体学习时的讲话中提到“政得其民”等古代治国理政经验作为当代国家治理的镜鉴，体现了中共中央以人民为中心的治国理政思想和密切联系群众的根本工作路线，展示了发展全过程人民民主、推进国家治理体系和治理能力现代化的中国智慧。

Chính đắc kỳ dân

"Chính đắc kỳ dân (việc thi hành chính lệnh phải phù hợp với ý dân)" có xuất xứ từ *Mạnh Tử*, ý chỉ việc trị vì đất nước phải nhận được sự công nhận của nhân dân, việc thi hành chính lệnh phải coi trọng lòng dân và ý dân. Người Trung Quốc cho rằng lòng dân là nền chính trị lớn nhất. Tiền đồ và vận mệnh của một chính đảng, một chính quyền cuối cùng sẽ được quyết định bởi sự ủng hộ hay phản đối của nhân dân.

Tháng 10 năm 2014, trong bài phát biểu tại buổi học tập chung lần thứ 18 của Bộ Chính trị Trung ương Đảng Cộng sản Trung Quốc khoá XVIII, Tập Cận Bình đã nhắc đến việc lấy những kinh nghiệm trị vì đất nước thời cổ đại như "chính đắc kỳ dân", v.v. làm điều răn trong việc quản lý đất nước vào thời đương đại, điều này đã thể hiện tư tưởng quản lý đất nước lấy nhân dân làm trung tâm và đường lối công tác căn bản liên hệ mật thiết với quần chúng của Trung ương Đảng Cộng sản Trung Quốc, thể hiện trí tuệ Trung Quốc phát triển nền dân chủ nhân dân xuyên suốt cả quá trình, thúc đẩy hiện đại hoá hệ thống quản trị và năng lực quản trị đất nước.

国泰民安

“国泰民安”出自《梦粱录》，意为国家太平无事，社会和谐安定，人民生活幸福。这是自古以来每一位正直的执政者所努力追求的治理目标和治理状态，也是每一个普通百姓所抱持的生活愿景。其关键在于“泰”与“安”，即安定、平和被认为是国家和人民的共同福祉，体现了中国人崇尚和平安定的精神。

习近平在发表2021年、2022年及2023年新年贺词时，都以“国泰民安”作为祝福结束语，表达了对开启新征程、开创新格局的美好希冀，也表达了对全国人民安居乐业的诚挚祝愿。可以说，这是他心系家国、情牵天下的生动写照。

Quốc thái dân an

"Quốc thái dân an (đất nước thái bình, nhân dân yên vui)" có xuất xứ từ *Mộng lương lục*, có nghĩa là đất nước thái bình và không rối loạn, xã hội hài hoà và yên ổn, nhân dân có cuộc sống hạnh phúc. Từ xưa đến nay, đó chính là mục tiêu và trạng thái quản lý đất nước mà mỗi nhà cầm quyền chính trực đều cố gắng theo đuổi, và cũng là nguyện vọng về cuộc sống của mỗi người dân bình thường. Quốc thái dân an với điều then chốt là "thái" và "an", tức là sự yên bình, yên ổn được coi là niềm hạnh phúc chung của đất nước và nhân dân, đã thể hiện tinh thần tôn sùng hoà bình, yên ổn của người Trung Quốc.

Trong thông điệp năm mới 2021, 2022 và 2023, Tập Cận Bình đều lấy "quốc thái dân an" làm lời chúc để kết thúc thông điệp, bày tỏ những ước nguyện tốt đẹp về việc mở ra hành trình mới và tạo ra cục diện mới, đồng thời cũng ngỏ lời chân thành chúc cho nhân dân trong cả nước được an cư lạc nghiệp. Có thể nói rằng đây là sự miêu tả sinh động về tấm lòng yêu thương gia đình, đất nước và tình cảm quan tâm đến nhân dân của Tập Cận Bình.

政通人和

“政通人和”语出《岳阳楼记》，意为政事通达，人民和顺。“政通”即国家政策、法令等能够全面贯彻落实，政治事务运转顺畅有效；“人和”即人人各得其宜、上下一心、团结融洽。作为良好的治理状态，它与“国泰民安”相近，但更加强调“人”的因素，并凸显“政通”与“人和”互为因果的关系。

2017年3月，习近平参加十二届全国人大五次会议辽宁代表团审议时指出，一个地方要实现政通人和、安定有序，必须有良好政治生态。当代中国改革发展稳定任务之重、矛盾风险挑战之多、治国理政考验之大都前所未有，只有坚持全面从严治党，营造风清气正的良好政治生态，才能更好地凝心聚力，为干事创业激发内在动力、创造外部条件。

Chính thông nhân hoà

"Chính thông nhân hoà (chính sự thông suốt, nhân dân hoà thuận)" có xuất xứ từ "Nhạc Dương lâu ký", ý chỉ sự thông suốt trong công tác chính trị, hoà thuận trong nhân dân. "Chính thông" tức là các chính sách, pháp lệnh của nhà nước được quán triệt và thực hiện một cách toàn diện, công tác chính trị được thực hiện thông suốt và hiệu quả; "nhân hoà" tức là mỗi người đều được sắp xếp ở vị trí thích hợp, trên dưới một lòng, hài hoà đoàn kết. Là một trạng thái lành mạnh trong quản lý đất nước, "chính thông nhân hoà" gần giống với "quốc thái dân an", nhưng càng nhấn mạnh nhân tố "con người" hơn và làm nổi bật mối quan hệ nhân quả giữa "chính thông" và "nhân hoà".

Tháng 3 năm 2013, khi tham gia cuộc thảo luận của đoàn đại biểu tỉnh Liêu Ninh tại Hội nghị lần thứ 5 Đại hội đại biểu nhân dân toàn quốc khoá XII, Tập Cận Bình chỉ ra rằng một địa phương muốn thực hiện chính sự thông suốt, nhân dân hoà thuận, ổn định có trật tự thì cần phải có môi trường chính trị lành mạnh. Vào thời đương đại, Trung Quốc đứng trước những nhiệm vụ cải cách, phát triển và ổn định nặng nề, những mâu thuẫn, rủi ro và thách thức đa dạng cũng như những thử thách to lớn trong quản lý đất nước xưa nay chưa từng có, chỉ có kiên trì quản lý Đảng nghiêm minh toàn diện, tạo dựng môi trường chính trị lành mạnh với tác phong và bầu không khí trong sạch, mới có thể quy tụ lòng dân và hội tụ sức mạnh tốt hơn, khơi dậy động lực bên trong và tạo điều kiện bên ngoài để làm tốt công việc và tạo nên thành tích tốt.

得道者多助，失道者寡助

“得道者多助，失道者寡助”，出自《孟子》，意为站在正义、仁义方面，会得到多数人的支持帮助；违背道义、仁义，必然陷于孤立。中国人自古推崇道义，认为道义是决定战争或事业成败的根本力量。只有奉行道义，才能赢得内部的团结一致、赢得民心，取得战争或事业的最后胜利；否则就会不得人心，陷入孤立无援的境地，并最终归于失败。

2015年9月，习近平在纪念中国人民抗日战争暨世界反法西斯战争胜利70周年招待会上引用“得道者多助，失道者寡助”，指出否认侵略历史，是对历史的嘲弄，是对人类良知的侮辱，必然失信于世界人民。

Đắc đạo giả đa trợ, thất đạo giả quả trợ

"Đắc đạo giả đa trợ, thất đạo giả quả trợ (giữ được đạo nghĩa thì nhiều người hỗ trợ, đánh mất đạo nghĩa thì ít người hỗ trợ)" có xuất xứ từ *Mạnh Tử*, có nghĩa là giữ được chính nghĩa, nhân nghĩa thì sẽ được đa số người ủng hộ, giúp đỡ; làm trái đạo nghĩa, nhân nghĩa thì tất sẽ bị cô lập. Người Trung Quốc từ xưa đã tôn sùng đạo nghĩa, cho rằng đạo nghĩa là sức mạnh căn bản để quyết định sự thành bại của chiến tranh hoặc sự nghiệp. Chỉ có tuân theo đạo nghĩa thì mới có thể đạt được sự đoàn kết nhất trí trong nội bộ, giành được lòng dân, giành được thắng lợi cuối cùng của chiến tranh hoặc sự nghiệp; nếu không thì sẽ mất lòng người, rơi vào cảnh ngộ cô lập không ai giúp viện, và cuối cùng sẽ bị thất bại.

Tháng 9 năm 2015, Tập Cận Bình đã trích dẫn câu "đắc đạo giả đa trợ, thất đạo giả quả trợ" tại buổi tiệc chiêu đãi của Đại hội chào mừng kỷ niệm 70 năm ngày thắng lợi của cuộc kháng chiến chống Nhật của nhân dân Trung Quốc và chiến tranh chống phát xít thế giới, chỉ ra rằng việc phủ nhận lịch sử xâm lược là sự giễu cợt đối với lịch sử, là sự làm nhục lương tri loài người, tất sẽ thất tín trước nhân dân thế giới.

得人者兴，失人者崩

“得人者兴，失人者崩”，出自《史记》，其含义有二：其一，民心、人心决定一个国家或政权的盛衰兴替。只有得到民心、顺应民心，才能保持国家或政权的兴盛不衰。其二，人才对国家、政权的兴盛与否起着至关重要的作用。也就是说，得到人心、获得人才就会兴旺，失掉人心、流失人才就会败亡；只有任人唯贤、知人善任，才能成就大业，保持国家和政权的长治久安。

2016年4月，习近平在网络安全和信息化工作座谈会上谈到，聚天下英才而用之，为网信事业发展提供有力人才支撑。他引用“得人者兴，失人者崩”，指出网络空间的竞争，归根结底是人才竞争。

Đắc nhân giả hưng, thất nhân giả băng

"Đắc nhân giả hưng, thất nhân giả băng (được lòng dân thì sẽ hưng thịnh, mất lòng dân thì sẽ suy vong)" có xuất xứ từ *Sử ký*, với hai hàm nghĩa là: Thứ nhất, lòng dân và lòng người quyết định sự thịnh suy thành bại của một quốc gia hoặc một chính quyền. Chỉ có giành được lòng dân, thuận theo lòng dân thì mới có thể duy trì được sự hưng thịnh lâu dài của đất nước hoặc chính quyền. Thứ hai, nhân tài đóng vai trò hết sức quan trọng đối với sự thịnh suy của đất nước và chính quyền. Cũng có nghĩa là giành được lòng người, có được nhân tài thì sẽ thịnh vượng, đánh mất lòng người, mất đi nhân tài thì sẽ bại vong; chỉ có chọn và dùng người theo tài năng đức độ, hiểu biết về người tài và khéo sử dụng người tài, thì mới có thể làm nên sự nghiệp lớn, duy trì hoà bình và ổn định lâu dài của đất nước và chính quyền.

Tháng 4 năm 2016, tại cuộc Toạ đàm về công tác an ninh mạng và thông tin hoá, Tập Cận Bình nói rằng quy tụ và sử dụng nhân tài trên toàn thế giới, xây dựng nền tảng vững mạnh về nhân tài cho sự phát triển công nghiệp an ninh thông tin và an ninh mạng. Tập Cận Bình trích dẫn câu "đắc nhân giả hưng, thất nhân giả băng", chỉ ra rằng sự cạnh tranh về không gian mạng xét cho cùng là sự cạnh tranh về nhân tài.

不患寡而患不均，不患贫而患不安

“不患寡而患不均，不患贫而患不安”，出自《论语》，大意是对一个国家来说，不必去担心土地、财富、人口不多，而应该担心社会贫富不均，人民生活不安宁。如果财富平均，就无所谓贫穷和富裕，而人民团结一心，就不会觉得人口稀少，并且只有这样才能让国家和平安乐，不会有倾覆危险。这一理念是由中国传统文化中一直延续的奔小康、求大同的社会理想所决定的。中国人始终认为，一个美好的社会状态既然是由人民创造的，那么自然也应该由人民来共享。

2016年1月，习近平在省部级主要领导干部学习贯彻中共十八届五中全会精神专题研讨班上的讲话中引用“不患寡而患不均，不患贫而患不安”，指出共享理念实质就是坚持以人民为中心的发展思想，体现的是逐步实现共同富裕的要求。

Bất hoạn quả nhi hoạn bất quân, bất hoạn bần nhi hoạn bất an

"Bất hoạn quả nhi hoạn bất quân, bất hoạn bần nhi hoạn bất an (không lo thiếu mà lo không công bằng, không lo nghèo mà lo không yên ổn)" có xuất xứ từ *Luận ngữ*, với đại ý là đối với một quốc gia, không cần lo về việc không có nhiều đất đai, tài sản và dân số, mà nên lo cho việc tài sản xã hội phân phối không đồng đều và cuộc sống nhân dân không yên ổn. Nếu tài sản được phân phối đồng đều thì không còn cái gọi là nghèo khó và giàu sang, mà nhân dân đoàn kết một lòng thì sẽ không cảm thấy dân số ít, và chỉ có như vậy mới có thể làm cho đất nước được hoà bình yên vui, không có nguy cơ bị sụp đổ. Quan niệm này được quyết định bởi lý tưởng xã hội đi đến khá giả, cầu đại đồng mà luôn tồn tại trong văn hoá truyền thống của Trung Quốc. Người Trung Quốc luôn cho rằng nếu một trạng thái xã hội tốt đẹp là do nhân dân sáng tạo, vậy thì đương nhiên cũng nên do nhân dân cùng hưởng.

Tháng 1 năm 2016, Tập Cận Bình đã trích dẫn câu "bất hoạn quả nhi hoạn bất quân, bất hoạn bần nhi hoạn bất an" trong bài phát biểu tại lớp nghiên cứu và thảo luận chuyên đề về việc các cán bộ lãnh đạo chủ chốt cấp tỉnh cấp bộ quán triệt thực hiện tinh thần Hội nghị Trung ương 5 khoá XVIII của Đảng Cộng sản Trung Quốc, chỉ ra rằng thực chất của quan niệm cùng hưởng tức là kiên trì tư tưởng phát triển lấy nhân dân làm trung tâm, thể hiện yêu cầu từng bước thực hiện cả xã hội cùng giàu.

善治篇

Quản trị tốt

天下为公

“天下为公”出自《礼记》，是一种美好的社会政治理想，意为天下是属于公众的，天下为天下人所共有，君王之位非一人所私有，而为公众所共有。这其中包含着反对世袭制，推举有才德之人的“尚贤”和“民本”思想，也蕴含着中国人所熟知的“大同”理想。“天下为公”为人们设定了理想而崇高的政治目标，描绘了远大而美好的社会愿景。

中共十八大以来，习近平多次谈及“天下为公”，彰显中国共产党胸怀天下的使命担当。2017年12月，他在中国共产党与世界政党高层对话会上指出，中华民族历来讲求“天下一家”，主张民胞物与、协和万邦、天下大同，憧憬“大道之行，天下为公”的美好世界。

Thiên hạ vi công

"Thiên hạ vi công (thiên hạ là của chung)" có xuất xứ từ *Lễ ký*, là một lý tưởng tốt đẹp về chính trị - xã hội, có nghĩa là thiên hạ là thuộc về công chúng, thiên hạ thuộc sở hữu chung của tất cả mọi người trong thiên hạ, vị trí của quân vương không thuộc sở hữu riêng của cá nhân mà là thuộc sở hữu chung của công chúng. "Thiên hạ vi công" chứa đựng tư tưởng "tôn sùng hiền tài" và "lấy dân làm gốc" với nội dung là phản đối chế độ cha truyền con nối, đề cử người có tài đức, cũng chứa đựng lý tưởng "đại đồng" mà người Trung Quốc quen thuộc. "Thiên hạ vi công" đặt ra mục tiêu chính trị lý tưởng và cao cả cho mọi người, vẽ nên một viễn cảnh xã hội cao xa và tốt đẹp.

Kể từ Đại hội Đảng XVIII đến nay, Tập Cận Bình đã nhiều lần nhắc đến câu "thiên hạ vi công", thể hiện rõ việc Đảng Cộng sản Trung Quốc đảm đương sứ mệnh lo cho thiên hạ. Tháng 12 năm 2017, tại cuộc Đối thoại cấp cao giữa Đảng Cộng sản Trung Quốc với các chính đảng trên thế giới, Tập Cận Bình chỉ ra rằng dân tộc Trung Hoa xưa nay luôn coi trọng "thiên hạ nhất gia (thiên hạ là một nhà)", chủ trương yêu thương con người và vạn vật, chung sống hài hoà với các nước khác và thực hiện thiên hạ đại đồng, hướng về một thế giới tốt đẹp "đại đạo chi hành, thiên hạ vi công (đạo lớn được thi hành, thiên hạ là của chung)".

大道至简

“大道至简”是从《道德经》和《论语》的名句中凝练而成的，意为大道理（基本原理、方法和规律）是极其简单的，简单到一两句话就能说明白。“道”在中国哲学中，是一个重要的概念，“大道”即自然、社会的普遍法则以及人们对待自然、治理社会的根本原则；“简”即浅易、简明、便利。这一观念被广泛用于治国理政及社会管理等方面，主要有两层含义：其一，越普遍、越根本的道理就应该越简明浅易，便于人们掌握并付诸实施；其二，“大道”并不是远离人世间的高高在上的原理，相反，它的道理、功用就蕴含在人们的伦常日用之中，只要透过纷繁的表层现象，寻流讨源，就可以抓住事物的本质和规律，以简驭繁。

2017年1月，习近平在联合国日内瓦总部的演讲中引用“大道至简，实干为要”，指出构建人类命运共同体关键在行动，国际社会要从伙伴关系、安全格局、经济发展、文明交流、生态建设等方面作出努力。

Đại đạo chí giản

"Đại đạo chí giản (đạo lớn là giản dị nhất)" được đúc kết tinh gọn từ những câu danh ngôn trong *Đạo đức kinh* và *Luận ngữ*, ý chỉ những đạo lý lớn (nguyên lý cơ bản, phương pháp và quy luật) là cực kỳ giản dị, giản dị đến mức chỉ cần một đến hai câu là có thể nói rõ. "Đạo" là một khái niệm quan trọng trong triết học Trung Quốc; "đại đạo" tức là những phép tắc phổ biến của tự nhiên, xã hội và những nguyên tắc căn bản mà người ta đối xử với tự nhiên và quản lý xã hội; "giản" tức là đơn giản, rõ ràng dễ hiểu và tiện lợi. Quan niệm này được sử dụng rộng rãi trong các mặt như quản lý đất nước và quản lý xã hội, v.v. chủ yếu có hai tầng nghĩa: Thứ nhất, những đạo lý càng phổ biến và căn bản thì càng nên đơn giản, rõ ràng dễ hiểu để tiện cho người ta nắm bắt và bắt tay thực hiện; thứ hai, "đại đạo" không phải là những nguyên lý trên cao mà xa rời trần gian, ngược lại, những đạo lý và công dụng của nó chính là ở trong luân thường và đời sống hàng ngày của người dân, chỉ cần xuyên qua những hiện tượng bề ngoài rối ren phức tạp, truy tìm nguồn gốc thì có thể nắm bắt được bản chất và quy luật của sự vật, xử lý những sự việc rối rắm phức tạp bằng phương pháp giản đơn dứt khoát.

Tháng 1 năm 2017, Tập Cận Bình đã trích dẫn câu "đại đạo chí giản, thực cán vi yếu (đạo lớn là giản dị nhất, làm việc thực sự là điều thiết yếu)" trong bài phát biểu tại Trụ sở chính của Liên hợp quốc ở Giơ-ne-vơ, chỉ ra rằng điều then chốt để tạo dựng cộng đồng cùng chung vận mệnh của nhân loại là ở hành động, cộng đồng quốc tế phải cùng nhau nỗ lực từ các mặt như quan hệ đối tác, cục diện an ninh, phát triển kinh tế, giao lưu văn minh và xây dựng sinh thái, v.v.

天人合一

“天人合一”是一种认为天地人相通的世界观和思维方式。孟子认为，通过心得反思可以知性、知天，心、性和天之间是统一的；老子主张，“人法地，地法天，天法道，道法自然”。他们都强调人类社会与自然世界之间的协调统一关系，即天地和人之间的整体性和内在联系，突出了天对于人的根本意义，表现了人在与天的联系中寻求生命、秩序与价值基础的努力。“天人合一”理念作为中国“和”文化思想的重要组成部分，在中华优秀传统文化中具有独特的内涵与意义。

中共十八大以来，习近平多次谈及中华民族“天人合一”的崇高追求和生态智慧。2017年1月，习近平在联合国日内瓦总部的演讲中指出，人与自然共生共存，伤害自然最终将伤及人类。我们应该遵循天人合一、道法自然的理念，寻求永续发展之路。

Thiên nhân hợp nhất

"Thiên nhân hợp nhất (trời và con người là một)" là một thế giới quan và lối tư duy cho rằng trời, đất và con người liên thông với nhau. Mạnh Tử cho rằng, thông qua tâm đắc và sự suy ngẫm có thể hiểu biết về bản tính và trời, tâm, tính và trời thống nhất với nhau; Lão Tử chủ trương, "nhân pháp địa, địa pháp thiên, thiên pháp đạo, đạo pháp tự nhiên (người thuận theo đất, đất thuận theo trời, trời thuận theo đạo, đạo thuận theo tự nhiên)". Họ đều nhấn mạnh mối quan hệ nhịp nhàng, thống nhất giữa xã hội loài người và thế giới tự nhiên, tức là mối liên hệ mang tính chỉnh thể và nội tại giữa trời đất và con người, làm nổi bật ý nghĩa căn bản của trời đối với con người, thể hiện những nỗ lực tìm kiếm sinh mệnh, trật tự và nền tảng giá trị của con người trong sự liên hệ với trời. Là một bộ phận cấu thành quan trọng trong tư tưởng văn hoá "hoà" của Trung Quốc, quan niệm "thiên nhân hợp nhất" có nội hàm và ý nghĩa độc đáo trong văn hoá truyền thống tốt đẹp của dân tộc Trung Hoa.

Kể từ Đại hội Đảng XVIII đến nay, Tập Cận Bình đã nhiều lần nhắc đến sự theo đuổi cao cả và trí tuệ sinh thái "thiên nhân hợp nhất" của dân tộc Trung Hoa. Tháng 1 năm 2017, trong bài phát biểu tại Trụ sở chính của Liên hợp quốc ở Giơ-ne-vơ, Tập Cận Bình chỉ ra rằng con người cộng sinh và cùng tồn tại với tự nhiên, làm tổn hại đến tự nhiên cuối cùng sẽ gây thiệt hại cho nhân loại. Chúng ta nên tuân theo quan niệm trời và con người là một, đạo thuận theo tự nhiên, tìm kiếm con đường phát triển bền vững lâu dài.

道法自然

“道法自然”出自《道德经》。“自然”指事物自主、自在的状态。“道”创造、生养万物，但“道”不会对万物发号施令，而是效法、顺应万物之“自然”。这揭示了整个宇宙的特性，囊括了天地间所有事物的根本属性，即宇宙天地间万事万物均效法或遵循“自然而然”的规律。“道”与万物的关系，在政治哲学中表现为执政者与百姓的关系，执政者应遵循“道”的要求，节制自己的权力，以无为的方式效法、顺应百姓的自然状态。道法自然、天人合一是中华文明内在的生存理念，是谋求人与自然和谐共生的中国智慧。

2020年9月，习近平在联合国生物多样性峰会上的讲话中指出，从道法自然、天人合一的中国传统智慧，到创新、协调、绿色、开放、共享的新发展理念，中国把生态文明建设放在突出地位，融入中国经济社会发展各方面和全过程，努力建设人与自然和谐共生的现代化。

Đạo pháp tự nhiên

"Đạo pháp tự nhiên (đạo thuận theo tự nhiên)" có xuất xứ từ *Đạo đức kinh*. "Tự nhiên" là chỉ trạng thái tự chủ, thư thái của sự vật. "Đạo" sáng tạo và nuôi dưỡng vạn vật, nhưng "đạo" không hề chỉ huy và điều khiển vạn vật, mà là noi theo, thuận theo cái "tự nhiên" của vạn vật. "Đạo pháp tự nhiên" đã vạch rõ đặc tính của cả vũ trụ, bao gồm thuộc tính căn bản của tất cả các sự vật trong trời đất, tức vạn sự vạn vật trong trời đất và vũ trụ đều noi theo hoặc tuân theo quy luật "tự nhiên mà vậy". Mối quan hệ giữa "đạo" với vạn vật được thể hiện bằng mối quan hệ giữa nhà cầm quyền với trăm họ, nhà cầm quyền nên tuân theo yêu cầu của "đạo", hạn chế và không sử dụng quá mức quyền lực của mình, noi theo, thuận theo trạng thái tự nhiên của trăm họ bằng phương thức vô vi. Đạo thuận theo tự nhiên, trời và con người là một là quan niệm sinh tồn nội tại của nền văn minh Trung Hoa, là trí tuệ Trung Quốc mưu cầu sự cộng sinh hài hoà giữa con người với thiên nhiên.

Tháng 9 năm 2020, trong bài phát biểu tại Hội nghị thượng đỉnh đa dạng sinh học Liên hợp quốc, Tập Cận Bình chỉ ra rằng từ trí tuệ truyền thống của Trung Quốc là đạo thuận theo tự nhiên, trời và con người là một, đến quan niệm phát triển mới sáng tạo, hài hoà, xanh, mở cửa và cùng hưởng, Trung Quốc đặt việc xây dựng văn minh sinh thái ở vị trí nổi bật, và đưa nó hoà nhập vào các mặt và trong suốt quá trình phát triển kinh tế - xã hội của Trung Quốc, nỗ lực xây dựng hiện đại hoá với sự cộng sinh hài hoà giữa con người với thiên nhiên.

治大国如烹小鲜

“治大国若烹小鲜”出自《道德经》，意即“治理国家就像烹调美味的小菜一样”。这里以烹饪比喻治国，强调“烹小鲜”不能随意翻动，调料要恰到好处，火候要掌握得当，如同治理国家，必须要有审慎负责的态度。

2013年3月，习近平在接受金砖国家媒体联合采访时谈到，这样一个大国，这样多的人民，这么复杂的国情，领导者要深入了解人民所思所盼，要有“如履薄冰，如临深渊”的自觉，要有“治大国如烹小鲜”的态度，丝毫不敢懈怠，丝毫不敢马虎，必须夙夜在公、勤勉工作。

Trị đại quốc như phanh tiểu tiên

"Trị đại quốc như phanh tiểu tiên (trị nước lớn như nấu con cá nhỏ)" có xuất xứ từ *Đạo đức kinh*, có nghĩa là "quản lý đất nước cũng giống như việc nấu nướng những thức ăn nhắm ngon lành như con cá nhỏ". Trong câu này, việc nấu nướng được ví như là quản lý đất nước, nhấn mạnh khi "nấu con cá nhỏ" thì không được tuỳ ý lật đi lật lại, phải thêm bớt gia vị cho vừa, để lửa vừa phải, cũng giống như trong việc quản lý đất nước cần phải có thái độ thận trọng và có trách nhiệm.

Tháng 3 năm 2013, khi trả lời phỏng vấn chung của các phương tiện truyền thông các nước BRICS, Tập Cận Bình nói rằng, đối với một nước rộng lớn như vậy, có dân số đông như vậy và có tình hình đất nước phức tạp như vậy, là nhà lãnh đạo phải đi sâu tìm hiểu tâm tư nguyện vọng của nhân dân, phải tự giác "như lữ bạc băng, như lâm thâm uyên (như đi trên lớp băng mỏng, như đứng trước vực thẳm)", phải có thái độ "trị đại quốc như phanh tiểu tiên", không thể lười nhác chút nào, không thể cẩu thả chút nào, cần phải siêng năng, cần mẫn với công việc.

为政以德

“为政以德”出自《论语》，意为以道德原则治理国家，强调道德对政治生活的决定作用，主张以道德教化作为治国的原则。“为政以德”与政得其民、礼法合治、德主刑辅等共同构成儒家德治论的主张，表明儒家治国的基本原则是德治，而非严刑峻法，应高度重视道德建设特别是为政者的道德建设。

2016年1月，习近平在第十八届中央纪律检查委员会第六次全体会议上的讲话中强调，中华民族历来都有珍惜名节、注重操守、干净为官的传统，历来都讲“为政以德”“守土有责”，领导干部要秉公用权、廉洁用权，做遵纪守法的模范，同时要坚持原则、敢抓敢管。

Vi chính dĩ đức

"Vi chính dĩ đức (quản lý đất nước bằng đạo đức)" có xuất xứ từ *Luận ngữ*, ý chỉ quản lý đất nước bằng nguyên tắc đạo đức, nhấn mạnh vai trò quyết định của đạo đức đối với đời sống chính trị, chủ trương lấy việc giáo hoá bằng đạo đức làm nguyên tắc quản lý đất nước. Những chủ trương đã cấu thành lý thuyết đức trị của Nho gia như "vi chính dĩ đức", chính đắc kỳ dân (thi hành chính lệnh phải phù hợp với ý dân), lễ pháp hợp trị (quản lý đất nước bằng sự kết hợp giữa lễ và pháp), đức chủ hình phụ (lấy đức trị làm chính và lấy pháp trị làm phụ) đã tỏ rõ nguyên tắc cơ bản của Nho gia trong quản lý đất nước là đức trị chứ không phải là hình phạt và pháp luật nghiêm khắc, nên coi trọng cao độ việc xây dựng đạo đức đặc biệt là xây dựng đạo đức của nhà cầm quyền.

Tháng 1 năm 2016, trong bài phát biểu tại Hội nghị toàn thể lần thứ 6 của Uỷ ban Kiểm tra Kỷ luật Trung ương khoá XVIII, Tập Cận Bình nhấn mạnh rằng dân tộc Trung Hoa xưa nay luôn có truyền thống quý trọng danh tiết, chú trọng phẩm hạnh và làm quan trong sạch, xưa nay luôn coi trọng "vi chính dĩ đức", "thủ thổ hữu trách (có trách nhiệm bảo vệ đất nước)", các cán bộ lãnh đạo phải sử dụng quyền lực một cách công bằng và liêm khiết, dẫn đầu làm gương trong việc giữ kỷ luật và tuân theo pháp luật, đồng thời phải giữ nguyên tắc, dám thực hiện và dám quản lý.

厚德载物

“厚德载物”出自《周易》，意为君子应以宽厚的德行承载天下万物或他人。这体现了古人对自身道德修养及人与自然、社会和谐一体的追求，并逐渐凝铸为中国人树立的治国理政和为人处世的理念和理想，成为中华民族精神的基本品格。

2018年12月，习近平在庆祝改革开放40周年大会上指出，自古以来，中华民族就以“天下大同”“协和万邦”的宽广胸怀，自信而又大度地开展同域外民族交往和文化交流。正是这种“天行健，君子以自强不息”“地势坤，君子以厚德载物”的变革和开放精神，使中华文明成为人类历史上唯一一个绵延5000多年至今未曾中断的灿烂文明。

Hậu đức tải vật

"Hậu đức tải vật (đức dày nâng đỡ vạn vật)" có xuất xứ từ *Chu dịch*, ý chỉ người quân tử nên lấy đức hạnh rộng lượng để nâng đỡ vạn vật hoặc người khác trong thiên hạ. "Hậu đức tải vật" thể hiện sự theo đuổi của người xưa về sự tu dưỡng đạo đức của bản thân và sự thống nhất hài hoà giữa con người với tự nhiên và xã hội, và dần dần được hun đúc thành quan niệm và lý tưởng của người Trung Quốc trong việc quản lý đất nước và đối nhân xử thế, trở thành phẩm cách cơ bản trong tinh thần của dân tộc Trung Hoa.

Tháng 12 năm 2018, tại Đại hội chào mừng kỷ niệm 40 năm cải cách mở cửa, Tập Cận Bình chỉ ra rằng từ xưa tới nay, dân tộc Trung Hoa đã thực hiện sự đi lại và giao lưu văn hoá với các dân tộc nước ngoài một cách tự tin và bao dung với tấm lòng rộng mở "thiên hạ đại đồng", "hiệp hoà vạn bang (chung sống hài hoà với các nước khác)". Chính những tinh thần biến đổi cải cách và cởi mở như "thiên hành kiện, quân tử dĩ tự cường bất tức (các thiên thể vận hành mạnh mẽ, vững bền, người quân tử cũng nên theo đó mà tự cường không nghỉ)", "địa thế khôn, quân tử dĩ hậu đức tải vật (đất có khí thế rộng lớn và hoà thuận, người quân tử cũng nên theo đó mà lấy đức tính rộng lượng để nâng đỡ vạn vật hoặc người khác trong thiên hạ)" đã làm cho nền văn minh Trung Hoa trở thành một nền văn minh rực rỡ duy nhất kéo dài hơn 5.000 năm mà đến nay chưa bao giờ bị gián đoạn trong lịch sử nhân loại.

文以载道

中唐时期古文运动的领袖韩愈等人提出“文以明道”的观点，认为文章主旨应合乎并发扬圣人的经典。宋代理学家周敦颐进一步发展为“文以载道”，提出文学像“车”，“道”即是车上运载的货物，文学是用以传播儒家之“道”的手段和工具。这一观念强调文学的社会功用，指明文学作品应该言之有物、有正确的思想内容。

2014年9月，习近平在纪念孔子诞辰2565周年国际学术研讨会暨国际儒学联合会第五届会员大会开幕会上指出，文以载道、文以化人，当代中国是历史中国的延续和发展，当代中国思想文化也是中国传统思想文化的传承和升华，要认识今天的中国、今天的中国人，就要深入了解中国的文化血脉，准确把握滋养中国人的文化土壤。

Văn dĩ tải đạo

Các vị lãnh tụ của phong trào cổ văn vào giữa thời nhà Đường như Hàn Dũ, v.v. đã đưa ra quan điểm "văn dĩ minh đạo", cho rằng ý chính của một bài văn nên phù hợp và nêu cao các bộ kinh điển của bậc thánh nhân. Nhà Lý học thời Tống Chu Đôn Di đã phát triển thêm "văn dĩ minh đạo" thành "văn dĩ tải đạo (lấy văn học để nâng đỡ cái đạo)", đề xuất văn học giống như là "chiếc xe", "đạo" tức là những mặt hàng được chở trên xe, văn học là biện pháp và công cụ để truyền bá cái "đạo" của Nho gia. Quan niệm này nhấn mạnh chức năng xã hội của văn học, chỉ rõ tác phẩm văn học nên có nội dung cụ thể, phong phú và có nội dung tư tưởng đúng đắn.

Tháng 9 năm 2014, tại Lễ khai mạc Hội thảo khoa học quốc tế nhân dịp kỷ niệm 2.565 năm ngày sinh của Khổng Tử và Đại hội thành viên lần thứ 5 của Hội Liên hiệp Nho học Quốc tế, Tập Cận Bình chỉ ra rằng văn dĩ tải đạo, văn dĩ hoá nhân (lấy văn học để nâng đỡ cái đạo, lấy văn học để giáo hoá con người), Trung Quốc đương đại là sự kế thừa và phát triển của Trung Quốc trong lịch sử, văn hoá tư tưởng của Trung Quốc đương đại cũng là sự kế thừa và thăng hoa của văn hoá tư tưởng truyền thống của Trung Quốc, muốn nhận thức được Trung Quốc ngày nay và người Trung Quốc ngày nay thì phải đi sâu tìm hiểu mạch máu văn hoá của Trung Quốc, nắm bắt chuẩn xác môi trường văn hoá đã nuôi dưỡng người Trung Quốc.

礼法合治

“礼法合治”意为治理国家要将教化与法律相结合。在中国古代国家治理体系中，“礼”源于儒家，“法”出自法家。儒家的“礼”讲究“自我修养”的提升过程，法家的“法”则坚持“严刑峻法”才是出路。教化社会以儒家学说为主，因为要激扬人性善的一面，但治理社会却要以法家为主，法家主张“以法治国”，即把国家社会个人的一切活动和行为纳入法制的轨道，认为这是儒家理想化为社会现实的最主要的抓手。可以说，“礼法合治”是中国历朝历代鼎盛时期的政治准绳。

2014年10月，习近平在中共十八届中央政治局第十八次集体学习时的讲话中提到，“礼法合治”等治国理政经验能给人们重要启示，要治理好今天的中国，既需要对中国历史和传统文化有深入了解，也需要对中国古代治国理政的探索和智慧进行积极总结。

Lễ pháp hợp trị

"Lễ pháp hợp trị (quản lý đất nước bằng sự kết hợp giữa lễ và pháp)" có nghĩa là quản lý đất nước phải kết hợp việc giáo hoá với pháp luật. Trong hệ thống quản lý đất nước của Trung Quốc thời cổ đại, "lễ" có nguồn gốc từ Nho gia, "pháp" có nguồn gốc từ Pháp gia. "Lễ" của Nho gia coi trọng quá trình nâng cao "sự tu dưỡng bản thân", còn "pháp" của Pháp gia thì kiên trì "hình phạt và pháp luật nghiêm khắc" mới là biện pháp hữu hiệu. Việc giáo hoá xã hội lấy học thuyết của Nho gia làm chính, nguyên nhân là phải khơi dậy tính thiện của con người, nhưng quản lý xã hội lại phải lấy Pháp gia làm chính, Pháp gia chủ trương "lấy pháp luật để quản lý đất nước", tức đưa tất cả mọi hoạt động và hành vi của Nhà nước, xã hội và cá nhân vào quỹ đạo pháp chế, cho rằng đây là điểm nhấn chủ yếu nhất để chuyển hoá lý tưởng của Nho gia thành hiện thực xã hội. Có thể nói rằng "lễ pháp hợp trị" là một thước đo chính trị cho các thời kỳ cường thịnh của các triều đại ở Trung Quốc.

Tháng 4 năm 2014, trong bài phát biểu tại buổi học tập chung lần thứ 18 của Bộ Chính trị Trung ương Đảng Cộng sản Trung Quốc khóa XVIII, Tập Cận Bình nói rằng những kinh nghiệm quản lý đất nước như "lễ pháp hợp trị", v.v. có thể cung cấp những gợi ý quan trọng cho người ta, muốn quản lý tốt Trung Quốc ngày nay thì vừa cần có sự hiểu biết sâu sắc về lịch sử và văn hoá truyền thống của Trung Quốc, vừa cần tích cực đúc kết những tìm tòi và trí tuệ của Trung Quốc thời cổ đại về quản lý đất nước.

艰难困苦，玉汝于成

“艰难困苦，玉汝于成”，出自《西铭》，意为贫穷、低贱、忧伤、灾难等各种艰辛困苦的外部条件，往往可以像打磨玉石一样砥砺人的意志，使之终有所成。这种不畏艰险、自我磨砺、以苦为阶，最终实现奋斗目标的意志和信念，成为融入中国人血脉之中的民族品格。

中共十八大以来，习近平多次在不同场合引用“艰难困苦，玉汝于成”。2018年7月，习近平在金砖国家工商论坛上发表讲话时就引用了这句古语，阐发改革开放40年来，中国走过了不平凡的历程，成功开辟了中国特色社会主义道路。

Gian nan khốn khổ, ngọc nhữ vu thành

"Gian nan khốn khổ, ngọc nhữ vu thành (trải qua khó khăn gian khổ mài giũa mới thành ngọc)" có xuất xứ từ "Tây Minh", ý chỉ những điều kiện gian nan khốn khổ bên ngoài như nghèo khổ, thấp hèn, đau buồn và tai họa, v.v. luôn có thể rèn giũa ý chí của con người như mài giũa hòn ngọc thạch, khiến con người cuối cùng đạt được sự thành công. Những ý chí và niềm tin không sợ gian nan nguy hiểm, tự rèn giũa bản thân, lấy gian khổ làm bậc thềm, cuối cùng thực hiện mục tiêu phấn đấu đã trở thành phẩm cách dân tộc được hoà nhập vào mạch máu của người Trung Quốc.

Kể từ Đại hội Đảng XVIII đến nay, Tập Cận Bình đã nhiều lần trích dẫn câu "gian nan khốn khổ, ngọc nhữ vu thành" tại các trường hợp khác nhau. Tháng 7 năm 2018, Tập Cận Bình đã trích dẫn câu cổ ngữ này trong bài phát biểu tại Diễn đàn công thương các nước BRICS, trình bày rằng 40 năm cải cách mở cửa đến nay, Trung Quốc đã trải qua lịch trình phi thường, mở ra thành công con đường xã hội chủ nghĩa đặc sắc Trung Quốc.

功崇惟志，业广惟勤

“功崇惟志，业广惟勤”，出自《尚书》，大意是取得伟大的功绩，在于志向远大；完成伟大的事业，在于工作勤奋。不管是国家要实现振兴，还是个人要成就事业，都必须具备两个条件，一为立志，二为勤勉。立志是前提，勤勉为保障，无志不足以行远，无勤则难以成事。

2013年10月，习近平在印度尼西亚国会的演讲中引用“功崇惟志，业广惟勤”，指出中国有信心、有条件、有能力实现自己的奋斗目标，同时也清醒地认识到，中国仍是世界上最大的发展中国家，在前进道路上仍然面临不少困难和挑战，要使全体中国人民都过上美好生活，需要付出长期不懈的努力。他引用这句含义隽永的古语，恰如其分地表明了立志与实干相辅相成的关系。

Công sùng duy chí, nghiệp quảng duy cần

"Công sùng duy chí, nghiệp quảng duy cần (công trạng hiển hách duy chỉ dựa vào chí hướng, sự nghiệp rộng lớn duy chỉ dựa vào sự chuyên cần)" có xuất xứ từ *Thượng thư*, với đại ý là muốn lập nên công trạng hiển hách thì phải dựa vào chí hướng cao xa và lớn lao; muốn hoàn thành sự nghiệp vĩ đại thì phải làm việc cần cù. Bất kể là một quốc gia muốn thực hiện sự phục hưng, hay là một cá nhân muốn làm nên sự nghiệp thì đều cần phải có đầy đủ hai điều kiện, một là lập chí, hai là chuyên cần. Lập chí là tiền đề, chuyên cần là sự bảo đảm, không có chí hướng thì sẽ không đủ để đi xa, không có sự chuyên cần thì sẽ khó làm nên sự nghiệp.

Tháng 10 năm 2013, Tập Cận Bình đã trích dẫn câu "công sùng duy chí, nghiệp quảng duy cần" trong bài phát biểu tại Quốc hội In-đô-nê-xi-a, chỉ ra rằng Trung Quốc có lòng tin, có điều kiện và có năng lực để thực hiện mục tiêu phấn đấu của mình, đồng thời cũng có nhận thức tỉnh táo là Trung Quốc vẫn là một nước đang phát triển lớn nhất trên thế giới, vẫn phải đối mặt nhiều khó khăn và thách thức trên con đường tiến lên, muốn để cho tất cả người dân Trung Quốc có được cuộc sống tốt đẹp thì phải trải qua những nỗ lực bền bỉ lâu dài. Việc Tập Cận Bình trích dẫn câu cổ ngữ có ý nghĩa sâu sắc này đã vừa vặn chứng tỏ mối quan hệ bổ sung cho nhau, tương tác lẫn nhau giữa lập chí và làm việc thực sự.

苟日新，日日新，又日新

“苟日新，日日新，又日新”，出自儒家经典《大学》，意思是如果能每天除旧更新，就要天天除旧更新，不间断地保持更新。这一理念从动态的角度强调勤于省身和不断革新的重要性，即生活从不眷顾因循守旧、满足现状者，从不等待不思进取、坐享其成者，而是将更多的机遇留给善于和勇于创新的人们。

2014年6月，习近平在中国科学院第十七次院士大会、中国工程院第十二次院士大会上引用“苟日新，日日新，又日新”，指出中华民族是富有创新精神的民族，创新精神是中华民族最鲜明的禀赋。

Cẩu nhật tân, nhật nhật tân, hựu nhật tân

"Cẩu nhật tân, nhật nhật tân, hựu nhật tân (một ngày mới, ngày ngày mới, ngày một mới)" có xuất xứ từ bộ kinh điển của Nho gia *Đại học*, có nghĩa là nếu mỗi ngày có thể bỏ cũ thay mới thì ngày nào cũng phải bỏ cũ thay mới, duy trì sự đổi mới liên tục. Quan niệm này nhấn mạnh từ khía cạnh động thái về tầm quan trọng của việc luôn luôn phản tỉnh và không ngừng đổi mới, tức cuộc sống không bao giờ thiên vị những người theo lề thói cũ và hài lòng với hiện trạng, không bao giờ chờ đợi những người không có chí tiến thủ và ngồi không ăn sẵn, mà là dành nhiều cơ hội hơn cho những người có sở trường và mạnh dạn sáng tạo.

Tháng 6 năm 2014, Tập Cận Bình đã trích dẫn câu "cẩu nhật tân, nhật nhật tân, hựu nhật tân" tại Đại hội viện sĩ lần thứ 17 Viện Khoa học Trung Quốc và Đại hội viện sĩ lần thứ 12 Viện Kỹ thuật Trung Quốc, chỉ ra rằng dân tộc Trung Hoa là một dân tộc giàu tinh thần sáng tạo, tinh thần sáng tạo là năng khiếu bẩm sinh rõ nét nhất của dân tộc Trung Hoa.

经世致用

“经世致用”一词由明清之际思想家王夫之、黄宗羲、顾炎武等提出，指学习、征引古人的文章和行事，应以治事、救世为急务。“经世”即治理国家和社会事务，“致用”即发挥实际效用。这一理念倡导学术研究要关注现实，通过解释古代典籍来阐发社会政治见解，解决社会实际问题，以增进国家治理能力，实现民生安定、社会改良。其强调知识的政治价值和知识分子的现实担当，体现了中国传统知识分子讲求效用、专注务实的思想特点。

2014年9月，习近平在纪念孔子诞辰2565周年国际学术研讨会暨国际儒学联合会第五届会员大会开幕式上指出，儒家思想和中国历史上存在的其他学说都坚持经世致用原则，注重发挥文以化人的教化功能，探索把对个人、社会的教化同对国家的治理结合起来，达到相辅相成、相互促进的目的。

Kinh thế trí dụng

Cụm từ "kinh thế trí dụng (quản lý việc nước phải thiết thực, thực dụng)" được đề xuất bởi các nhà tư tưởng Vương Phu Chi, Hoàng Tông Hy và Cố Diêm Vũ vào cuối thời nhà Minh đầu thời nhà Thanh, ý chỉ việc học tập, dẫn chứng văn chương của người xưa và làm việc nên lấy việc quản lý đất nước và cứu thế làm nhiệm vụ cấp bách. "Kinh thế" tức là quản lý những công việc của đất nước và xã hội, "trí dụng" tức là phát huy hiệu quả thực tế. Quan niệm này khởi xướng nghiên cứu khoa học phải quan tâm đến hiện thực, thông qua giải thích các điển tích cổ để trình bày những kiến giải về chính trị xã hội, giải quyết những vấn đề thực tế của xã hội, từ đó để tăng cường năng lực quản trị nhà nước, thực hiện cuộc sống nhân dân yên ổn, xã hội tiến bộ. "Kinh thế trí dụng" nhấn mạnh giá trị chính trị của tri thức và sự gánh vác trách nhiệm hiện thực của những người trí thức, điều này đã thể hiện đặc trưng tư tưởng coi trọng hiệu quả, chú trọng thực dụng của những người trí thức truyền thống Trung Quốc.

Tháng 9 năm 2014, tại Lễ khai mạc Hội thảo khoa học quốc tế nhân dịp kỷ niệm 2.565 năm ngày sinh của Khổng Tử và Đại hội thành viên lần thứ 5 của Hội Liên hiệp Nho học Quốc tế, Tập Cận Bình chỉ ra rằng tư tưởng Nho gia và các học thuyết khác từng tồn tại trong lịch sử Trung Quốc đều kiên trì nguyên tắc quản lý việc nước phải thiết thực, thực dụng, chú trọng phát huy chức năng giáo hoá con người của văn học, tìm tòi việc kết hợp giáo hoá cá nhân, xã hội với quản lý đất nước, từ đó mà đạt mục đích bổ sung cho nhau, tương tác lẫn nhau và thúc đẩy lẫn nhau.

他山之石，可以攻玉

“他山之石，可以攻玉”，语出《诗经》，意为别的山上的石头，可以用来琢磨玉器。比喻借用他人的批评、帮助来改正自己的过错，借他人或他国的情况、经验、方法等作为自己的借鉴和参考，可以更好地提升自我。这一理念充分体现了中国人开放包容、虚心学习的精神。

2017年12月，习近平在中国共产党与世界政党高层对话会上引用“他山之石，可以攻玉”，指出中国共产党历来强调树立世界眼光，积极学习借鉴世界各国人民创造的文明成果，并结合中国实际加以运用。

Tha sơn chi thạch, khả dĩ công ngọc

"Tha sơn chi thạch, khả dĩ công ngọc (đá của núi khác, có thể mài ngọc)" có xuất xứ từ *Kinh thi*, có nghĩa là những hòn đá của ngọn núi khác có thể dùng để mài giũa đồ ngọc. Ví việc lấy sự phê bình và giúp đỡ của người khác để sửa chữa những sai lầm của mình, lấy tình hình, kinh nghiệm, phương pháp, v.v. của người khác hoặc nước khác để cho mình học hỏi và tham khảo thì có thể nâng cao bản thân hơn. Quan niệm này đã thể hiện đầy đủ tinh thần mở cửa bao dung, khiêm tốn học tập của người Trung Quốc.

Tháng 12 năm 2017, Tập Cận Bình đã trích dẫn câu "tha sơn chi thạch, khả dĩ công ngọc" tại cuộc Đối thoại cấp cao giữa Đảng Cộng sản Trung Quốc với các chính đảng trên thế giới, chỉ ra rằng Đảng Cộng sản Trung Quốc xưa nay luôn nhấn mạnh việc xây dựng tầm nhìn thế giới, tích cực học hỏi những thành quả văn minh mà nhân dân các nước trên thế giới sáng tạo, và vận dụng những gì đã học được dựa trên tình hình thực tế của Trung Quốc.

言者无罪，闻者足戒

“言者无罪，闻者足戒”，出自《诗经》，意为提意见的人只要是善意的，即使提得不正确，也是无罪的；听取意见的人即使没有对方所提的缺点错误，也值得引以为戒。这一理念告诫执政者要想治理好国家，必须让人们畅所欲言，形成健康和谐的人际环境，同时充分了解人们的意愿和想法，以便从各种言论中汲取有价值的意见，这体现了言论自由的思想和包容精神。

2012年5月，习近平在中央党校2012年春季学期第二批入学学员开学典礼上强调，领导干部一定要本着“言者无罪，闻者足戒”的原则，欢迎和鼓励别人讲真话。

Ngôn giả vô tội, văn giả túc giới

"Ngôn giả vô tội, văn giả túc giới (người nói dù sai cũng vô tội, đáng để người nghe răn mình)" có xuất xứ từ *Kinh thi*, có nghĩa là người đưa ra ý kiến miễn là có thiện ý thì cho dù có nói sai cũng không có tội; người lắng nghe ý kiến cho dù là không có những khuyết điểm và sai lầm mà người khác đề cập thì cũng đáng để răn mình. Quan niệm này khuyên răn nhà cầm quyền rằng nếu muốn quản lý tốt đất nước thì cần phải để cho nhân dân nói thoải mái, hình thành môi trường lành mạnh, hài hoà giữa người với người, đồng thời tìm hiểu đầy đủ tâm tư nguyện vọng của nhân dân để tiếp thu những ý kiến có giá trị từ những lời nói của nhân dân, điều này đã thể hiện tư tưởng tự do ngôn luận và tinh thần bao dung.

Tháng 5 năm 2012, tại Lễ khai giảng dành cho học viên đợt thứ hai khóa học mùa xuân năm 2012 của Trường Đảng Trung ương, Tập Cận Bình nhấn mạnh rằng các cán bộ lãnh đạo nhất định phải kiên trì nguyên tắc "ngôn giả vô tội, văn giả túc giới", hoan nghênh và khuyến khích người khác đưa ra những lời nói thật.

集思广益

“集思广益”出自《教与军师长史参军掾属》，意为集中众人的智慧，广泛吸收有益的意见。这一理念提醒决策者要广开言路，虚心听取各方意见，在综合考虑的基础上作出判断和决策，绝不能自以为是、独断专行。“集思广益”不仅是汇集智慧的过程，也是调动众人积极性、达成行动一致性的过程。

2019年9月，习近平在中央政协工作会议暨庆祝中国人民政治协商会议成立70周年大会上指出，发展社会主义协商民主，要把民主集中制的优势运用好，发扬“团结—批评—团结”的优良传统，广开言路，集思广益，促进不同思想观点的充分表达和深入交流。

Tập tư quảng ích

"Tập tư quảng ích (tập trung trí tuệ của mọi người, tiếp thu rộng rãi những ý kiến bổ ích)" có xuất xứ từ "Giáo dữ quân sư trưởng sử tham quân duyện thuộc", có nghĩa là tập trung trí tuệ của mọi người, tiếp thu rộng rãi những ý kiến bổ ích. Quan niệm này nhắc nhở những người đưa ra quyết sách phải mở rộng các kênh ngôn luận, khiêm tốn lắng nghe ý kiến của các bên, đưa ra phán đoán và quyết sách trên cơ sở xem xét tổng thể, tuyệt đối không thể tự cho là đúng, chuyên quyền độc đoán. "Tập tư quảng ích" không những là quá trình tập trung trí tuệ, mà còn là quá trình huy động tính tích cực của mọi người và đạt được sự nhất trí trong hành động.

Tháng 9 năm 2019, tại Hội nghị công tác chính trị hiệp thương Trung ương và Đại hội chào mừng kỷ niệm 70 năm thành lập Hội nghị chính trị hiệp thương nhân dân Trung Quốc, Tập Cận Bình chỉ ra rằng phát triển dân chủ hiệp thương xã hội chủ nghĩa phải vận dụng tốt thế mạnh của chế độ tập trung dân chủ, phát huy truyền thống tốt đẹp "đoàn kết – phê bình – đoàn kết", mở rộng các kênh ngôn luận, tập trung trí tuệ của mọi người và tiếp thu rộng rãi những ý kiến bổ ích, thúc đẩy việc trình bày đầy đủ và đi sâu giao lưu những quan điểm và tư tưởng khác nhau.

前事不忘，后事之师

“前事不忘，后事之师”，出自《战国策》，意为过去的事情不能忘记，可以作为以后行事的借鉴。这一理念提醒人们要从历史中吸收经验教训，以此作为今后的参照或借鉴。中国注重修史，就是通过总结前代治国理政的成败得失来警示、启发当代和后世。

2020年9月，习近平在纪念中国人民抗日战争暨世界反法西斯战争胜利75周年座谈会上强调，“前事不忘，后事之师”，伟大抗战精神是中国人民弥足珍贵的精神财富，将永远激励中国人民克服一切艰难险阻、为实现中华民族伟大复兴而奋斗。

Tiền sự bất vong, hậu sự chi sư

"Tiền sự bất vong, hậu sự chi sư (việc trước không quên, lấy làm tấm gương cho việc sau)" có xuất xứ từ *Chiến quốc sách*, có nghĩa là những việc đã qua không thể quên, có thể lấy làm tấm gương cho việc sau. Quan niệm này nhắc nhở người ta phải rút ra bài học kinh nghiệm từ lịch sử, và lấy đó làm sự tham khảo và tấm gương cho sau này. Trung Quốc chú trọng việc biên soạn sách sử, chính là thông qua việc đúc kết sự thành bại được mất trong việc quản lý đất nước của đời trước để khuyên răn, gợi mở đời này và đời sau.

Tháng 9 năm 2020, tại cuộc Toạ đàm kỷ niệm 75 năm ngày thắng lợi của cuộc kháng chiến chống Nhật của nhân dân Trung Quốc và chiến tranh chống phát xít thế giới, Tập Cận Bình nhấn mạnh rằng "tiền sự bất vong, hậu sự chi sư", tinh thần kháng chiến vĩ đại là tài sản tinh thần quý báu của nhân dân Trung Quốc, sẽ mãi mãi khích lệ nhân dân Trung Quốc khắc phục mọi gian nan hiểm trở và phấn đấu thực hiện sự phục hưng vĩ đại của dân tộc Trung Hoa.

居安思危

“居安思危”出自《左传》，意为处在安宁的环境中，要想到可能出现的危难。这是一种长远、积极的忧患意识，告诫人们要随时有应对意外事件的思想准备。“居安思危”不仅成为历代有为的执政者时时警醒自己的政治理念，也是民众积极进取的一种精神体现。

2018年4月，习近平在十九届中央国家安全委员会第一次会议上指出，前进的道路不可能一帆风顺，越是前景光明，越是要增强忧患意识，做到居安思危，全面认识和有力应对一些重大风险挑战，着力防范各类风险挑战内外联动、累积叠加，不断提高国家安全能力。

Cư an tư nguy

"Cư an tư nguy (lúc sống yên ổn phải nghĩ đến lúc nguy nan)" có xuất xứ từ *Tả truyện*, có nghĩa là lúc sống trong môi trường yên ổn phải nghĩ đến lúc nguy nan có thể xuất hiện. Đây là một ý thức lâu dài và tích cực về hoạn nạn khốn khó, khuyên răn người ta phải luôn luôn có sự chuẩn bị về tư tưởng đối với những sự kiện xảy ra ngoài ý muốn. "Cư an tư nguy" không những trở thành quan niệm chính trị để những nhà cầm quyền có trách nhiệm của các triều đại xưa luôn luôn nhắc nhở bản thân, mà còn thể hiện tinh thần tích cực tiến thủ của dân chúng.

Tháng 4 năm 2018, tại Hội nghị lần thứ nhất Uỷ ban An ninh Quốc gia Trung ương Đảng Cộng sản Trung Quốc khoá XIX, Tập Cận Bình chỉ ra rằng con đường tiến lên không hề thuận buồm xuôi gió, càng tiến gần đến tương lai tươi sáng thì càng phải tăng cường ý thức về hoạn nạn khốn khó, làm được điều lúc sống yên ổn phải nghĩ đến lúc nguy nan, nhận thức toàn diện và ứng phó hiệu quả với những rủi ro và thách thức to lớn, ra sức phòng chống sự tương tác lẫn nhau giữa bên trong và bên ngoài cũng như sự tích luỹ, chồng chất của các loại rủi ro và thách thức, không ngừng nâng cao năng lực an ninh quốc gia.

见微知著

“见微知著”出自《韩非子》，意为发现细微苗头，就能知道事物的演变趋势或整体状态。“微”即隐微、不明，指事物尚处于不易被察觉的潜在状态；“著”即显著、明显，指事物的本质已经充分显现或事物的发展已处于充分展开的状态。这一理念指明做任何事情，都要深刻认识、精准把握事物演变的内在规律，既要着眼全局，又要关注细微处，提前防范可能出现的问题。

2021年3月，习近平在中央党校（国家行政学院）中青年干部培训班开班式上强调，要提升见微知著的能力，透过现象看本质，准确识变、科学应变、主动求变，洞察先机、趋利避害。

Kiến vi tri trứ

"Kiến vi tri trứ (thấy mầm biết cây)" có xuất xứ từ *Hàn Phi Tử*, ý chỉ đã phát hiện những manh mối nhỏ nhặt thì có thể biết được xu thế diễn biến hoặc trạng thái tổng thể của sự vật. "Vi" tức là ẩn mật, nhỏ nhặt, không rõ rệt, chỉ sự vật vẫn đang ở trong trạng thái tiềm ẩn mà không dễ bị phát hiện; "trứ" tức là nổi bật, rõ rệt, chỉ bản chất của sự vật đã được hiện ra rõ ràng, đầy đủ hoặc sự phát triển của sự vật đã ở trong trạng thái phát triển đầy đủ. Quan niệm này chỉ rõ rằng bất cứ làm việc gì thì cũng phải nhận thức sâu sắc, nắm bắt chuẩn xác quy luật diễn biến nội tại của sự vật, vừa phải xuất phát từ toàn cục, vừa phải quan tâm đến những chỗ nhỏ nhặt, phòng ngừa trước những vấn đề có thể xuất hiện.

Tháng 3 năm 2021, tại Lễ khai giảng lớp đào tạo cán bộ trẻ và trung niên Trường Đảng Trung ương (Học viện Hành chính Quốc gia), Tập Cận Bình nhấn mạnh rằng phải nâng cao năng lực kiến vi tri trứ, nhìn xuyên thấu hiện tượng để nắm bắt bản chất, nhận thức đúng đắn về sự biến đổi, ứng phó một cách khoa học với sự biến đổi, chủ động mưu cầu sự biến đổi, quan sát thấu suốt để giành thời cơ trước, hướng tới điều lợi và tránh khỏi điều hại.

防微杜渐

“防微杜渐”出自《后汉书》，意思是把差错、问题等消灭在萌芽状态，引申为任何事物都有一个由隐及显、由小及大的过程，其间还可能引发其他的连锁反应，对于隐患、问题等，如果不做好提前防范，及时堵塞各种漏洞，就可能会付出成倍的代价，甚至会酿成全局性灾难。这一理念要求人们深刻认识并精准把握事物演变的内在规律。

2018年7月，习近平在全国组织工作会议上指出，要教育引导年轻干部强化自我修炼，正心明道，防微杜渐，做到有原则、有底线、有规矩。这深刻阐明了年轻干部强化自我修炼的重大意义和目标要求，为广大年轻干部在实践中成长成才提供了重要遵循。

Phòng vi đỗ tiệm

"Phòng vi đỗ tiệm (ngăn chặn sai lầm từ đầu)" có xuất xứ từ *Hậu Hán thư*, ý chỉ giải quyết sai lầm và vấn đề ngay ở trạng thái manh nha, với nghĩa bóng là bất kể sự vật nào cũng có một quá trình từ ẩn đến hiện, từ bé đến lớn, trong quá trình này còn có thể dẫn đến phản ứng dây chuyền khác, nếu không làm tốt công tác phòng ngừa trước những tai hoạ ngầm và vấn đề, kịp thời che lấp những sơ hở thì có thể phải trả giá gấp đôi, thậm chí là dẫn đến tai hại mang tính toàn cục. Quan niệm này đòi hỏi người ta nhận thức sâu sắc và nắm bắt chuẩn xác quy luật diễn biến nội tại của sự vật.

Tháng 7 năm 2018, tại Hội nghị công tác tổ chức toàn quốc, Tập Cận Bình chỉ ra rằng phải giáo dục và dẫn dắt các cán bộ trẻ tăng cường tu dưỡng bản thân, giữ lòng ngay thẳng và giữ vững cái đạo, ngăn chặn sai lầm từ đầu, làm được điều giữ nguyên tắc, giữ mức giới hạn thấp nhất và có nề nếp. Điều này đã trình bày rõ ràng ý nghĩa quan trọng và yêu cầu mục tiêu trong sự tu dưỡng bản thân của các cán bộ trẻ, cung cấp những nguyên tắc quan trọng để đông đảo cán bộ trẻ trưởng thành và thành tài trong thực tiễn.

公生明，廉生威

“公生明，廉生威”，出自《官箴》，意为处事公正才能明察是非，做人廉洁才能树立威望，是明清两代一些正直廉洁的官吏用以自戒的座右铭。时至今日，这一理念仍然是执政者应当遵循的重要标准：官员当以身作则，廉洁自律，克己奉公。

2014年1月，习近平在中央政法工作会议上引用“公生明，廉生威”，强调政法机关要完成党和人民赋予的光荣使命，必须严格执法、公正司法，要坚守职业良知、执法为民，教育引导广大干警自觉用职业道德约束自己，做到对群众深恶痛绝的事零容忍、对群众急需急盼的事零懈怠，树立惩恶扬善、执法如山的浩然正气。

Công sinh minh, liêm sinh uy

"Công sinh minh, liêm sinh uy (công chính sẽ trong sạch, liêm khiết sẽ uy nghiêm)" có xuất xứ từ *Quan châm*, có nghĩa là xử lý công việc một cách ngay thẳng, công bằng thì mới có thể xét kỹ cái phải trái, làm người thanh liêm thì mới có thể tạo dựng nên uy tín và danh tiếng, là một câu cách ngôn được một số quan lại chính trực, liêm khiết vào thời Minh – Thanh dùng để tự răn mình. Cho đến tận ngày nay thì quan niệm này vẫn là một tiêu chuẩn quan trọng mà nhà cầm quyền nên tuân theo: Người làm quan nên lấy mình làm gương, liêm khiết và tự ràng buộc mình, rèn mình để phụng sự việc công.

Tháng 1 năm 2014, Tập Cận Bình đã trích dẫn câu "công sinh minh, liêm sinh uy" tại Hội nghị công tác chính trị và pháp luật Trung ương, nhấn mạnh rằng các cơ quan chính trị và pháp luật phải hoàn thành sứ mệnh vẻ vang mà Đảng và nhân dân giao cho, cần phải thi hành pháp luật nghiêm minh, đảm bảo tư pháp công chính, phải giữ vững lương tri trong nghề nghiệp của mình, chấp pháp vì dân, giáo dục và dẫn dắt đông đảo cán bộ và cảnh sát tự giác ràng buộc bản thân bằng đạo đức nghề nghiệp, làm được điều kiên quyết không khoan nhượng với những hành vi mà quần chúng vô cùng căm ghét, kiên quyết không buông lỏng những việc mà quần chúng tha thiết mong chờ, tạo dựng nên tác phong chính trực trừng trị cái ác, biểu dương cái thiện và thi hành pháp luật một cách nghiêm minh, không lay chuyển.

靡不有初，鲜克有终

“靡不有初，鲜克有终”，出自《诗经》，是召穆公斥责昏庸无道的周厉王的一句话，意为凡事都有开始，但很少有人能够做到善终。这一理念告诫人们，为人做事要有始有终、善始善终。

2015年9月，习近平在纪念中国人民抗日战争暨世界反法西斯战争胜利70周年大会上引用“靡不有初，鲜克有终”，指明实现中华民族伟大复兴，需要一代又一代人为之努力。他强调，中华民族创造了具有5000多年历史的灿烂文明，也一定能够创造出更加灿烂的明天。

Mi bất hữu sơ, tiên khắc hữu chung

"Mi bất hữu sơ, tiên khắc hữu chung (luôn có đầu, ít có đuôi)" có xuất xứ từ *Kinh thi*, là một câu nói mà Thiệu Mục Công dùng để khiển trách Chu Lệ Vương, vị vua ngu xuẩn vô dụng, tàn bạo bất nhân, ý chỉ mọi việc đều có sự khởi đầu, nhưng ít người có thể kiên trì đến cùng. Quan niệm này khuyên răn người ta rằng làm người và làm việc phải có đầu có đuôi, trước sau trọn vẹn.

Tháng 9 năm 2015, Tập Cận Bình đã trích dẫn câu "mi bất hữu sơ, tiên khắc hữu chung" tại Đại hội kỷ niệm 70 năm ngày thắng lợi của cuộc kháng chiến chống Nhật của nhân dân Trung Quốc và chiến tranh chống phát xít thế giới, chỉ rõ rằng muốn thực hiện sự phục hưng vĩ đại của dân tộc Trung Hoa, cần sự nỗ lực chung của nhân dân Trung Quốc từ thế hệ này sang thế hệ khác. Tập Cận Bình nhấn mạnh, dân tộc Trung Hoa đã sáng tạo ra nền văn minh rực rỡ với hơn 5.000 năm lịch sử, và cũng nhất định có thể sáng tạo ra một tương lai càng tươi sáng hơn.

交往篇

Giao lưu đi lại

以和为贵

“以和为贵”出自《论语》，意为礼之运用，贵在能和，就是主张借礼法的作用来保持人与人之间的和谐关系。以和为贵，是儒家倡导的道德实践原则，表明中华民族历来爱好和平，“和”的民族基因从未变异，“和”的文化源远流长。和平、和睦、和谐的追求深深植根于中华民族的精神世界之中，融化在中华民族的血液里。

2017年1月，习近平在联合国日内瓦总部的演讲中强调，中华文明历来崇尚“以和为贵”。中国人民深信，只有和平安宁才能繁荣发展。中国从一个积贫积弱的国家发展成为世界第二大经济体，靠的不是对外军事扩张和殖民掠夺，而是人民勤劳、维护和平。中国将始终不渝走和平发展道路。

Dĩ hoà vi quý

"Dĩ hoà vi quý (coi trọng sự hài hoà)" có xuất xứ từ *Luận ngữ*, có nghĩa là trong việc giữ lễ, quan trọng là ở sự hài hoà, tức là chủ trương lấy tác dụng của lễ pháp để duy trì mối quan hệ hài hoà giữa người với người. Dĩ hoà vi quý là một nguyên tắc đạo đức trong thực tiễn mà Nho gia khởi xướng, chứng tỏ rằng dân tộc Trung Hoa xưa nay luôn yêu chuộng hoà bình, truyền thống dân tộc "hoà" chưa bao giờ thay đổi, văn hoá "hoà" có nguồn gốc lâu đời. Sự theo đuổi hoà bình, hoà thuận và hài hoà cắm rễ sâu vào thế giới tinh thần của dân tộc Trung Hoa, hoà vào trong dòng máu của dân tộc Trung Hoa.

Tháng 1 năm 2017, trong bài phát biểu tại Trụ sở chính của Liên hợp quốc ở Giơ-ne-vơ, Tập Cận Bình nhấn mạnh rằng văn minh Trung Hoa xưa nay luôn tôn sùng "dĩ hoà vi quý". Nhân dân Trung Quốc tin tưởng sâu sắc rằng chỉ có duy trì hoà bình và ổn định thì mới có thể phát triển phồn thịnh. Trung Quốc từ một quốc gia nghèo nàn lạc hậu phát triển thành nền kinh tế lớn thứ 2 thế giới không phải là nhờ vào sự bành trướng quân sự và sự cướp đoạt thực dân, mà là nhờ vào sự cần cù của nhân dân và việc duy trì hoà bình. Trung Quốc sẽ trước sau như một đi theo con đường phát triển hoà bình.

和而不同

“和而不同”出自《论语》，意指君子能够与他人和谐相处，却不盲从附和。“同”与“和”是对待社会群体的两种态度。“同”指对事物差异性的抹杀，“和”则意味着对事物差异性的认同。中华文化主张在尊重事物差异性和多样性的基础上，实现整体的和谐共存，认为不同的事物只有彼此间相互辅助、补充，才能组成一个充满生机、富于创造性的和谐整体。

习近平在2015年第七十届联合国大会一般性辩论时的讲话以及在2017年联合国日内瓦总部的演讲中，分别基于人类历史发展潮流大势，总结了中国自身发展的历史经验和文化传承，强调了“和而不同”的理念。“和而不同”理念作为中华优秀传统文化的一个重要标识，富有极其深刻的哲学思辨与中国智慧，体现了中华民族的价值追求与民族性格，是新时代推动构建人类命运共同体的重要思想基础与价值支撑。

Hoà nhi bất đồng

"Hoà nhi bất đồng (hoà đồng nhưng không đồng nhất)" có xuất xứ từ *Luận ngữ*, ý chỉ người quân tử có thể chung sống hài hoà với người khác nhưng lại không a dua theo người khác một cách mù quáng. "Đồng" và "hoà" là hai thái độ khác nhau để đối xử với các nhóm người xã hội. "Đồng" là chỉ gạt bỏ sự khác biệt giữa các sự vật, "hoà" thì có nghĩa là chấp nhận sự khác biệt giữa các sự vật. Văn hoá Trung Hoa chủ trương thực hiện sự chung sống hài hoà về mặt tổng thể trên cơ sở tôn trọng sự khác biệt và sự đa dạng giữa các sự vật, cho rằng các sự vật chỉ có thực hiện sự hỗ trợ và bổ sung cho nhau thì mới có thể cấu thành một chỉnh thể hài hoà tràn đầy sức sống và mang tính sáng tạo.

Trong bài phát biểu tại cuộc tranh luận thông thường (general debate) Đại hội đồng Liên hợp quốc khoá 70 năm 2015 và bài phát biểu tại Trụ sở chính của Liên hợp quốc ở Giơ-ne-vơ năm 2017, dựa trên xu thế lớn của trào lưu phát triển lịch sử loài người, Tập Cận Bình đã đúc kết những kinh nghiệm lịch sử và sự kế thừa văn hoá trong sự phát triển của chính bản thân Trung Quốc, nhấn mạnh quan niệm "hoà nhi bất đồng". Là một tiêu chí quan trọng về văn hoá truyền thống tốt đẹp của dân tộc Trung Hoa, quan niệm "hoà nhi bất đồng" giàu tư duy biện chứng triết học và trí tuệ Trung Quốc vô cùng sâu sắc, thể hiện sự theo đuổi giá trị và tính cách dân tộc của dân tộc Trung Hoa, là nền móng tư tưởng và nền tảng giá trị quan trọng trong việc thúc đẩy tạo dựng cộng đồng cùng chung vận mệnh của nhân loại trong thời đại mới.

求同存异

“求同存异”出自《礼记》，意为找出共同点，保留不同意见。辩证来看，一切事物的差异都是相对的，都存在相互转化的可能。儒家文化强调，在处理人与人、国家与国家的关系时，需要承认彼此间的差异，通过协调达到一种“和而不同”的状态。在当今的世界环境中，承认文化和价值的多元，不追求绝对的一致，努力寻求彼此的共同点，达成双方的最大共识，正是中国对外关系的核心理念。

习近平在多个场合提及“求同存异”理念。2022年1月，他在世界经济论坛演讲中指出，不同国家、不同文明要在彼此尊重中共同发展、在求同存异中合作共赢。他同时强调，我们要顺应历史大势，致力于稳定国际秩序，弘扬全人类共同价值，推动构建人类命运共同体。

Cầu đồng tồn dị

"Cầu đồng tồn dị" có xuất xứ từ *Lễ ký*, ý chỉ tìm được điểm chung, giữ lại ý kiến bất đồng. Xét về khía cạnh biện chứng, sự khác biệt giữa mọi sự vật đều là tương đối, đều tồn tại khả năng chuyển hoá cho nhau. Văn hoá Nho gia nhấn mạnh, khi xử lý mối quan hệ giữa người với người, quốc gia với quốc gia thì cần chấp nhận sự khác biệt giữa hai bên, thông qua sự điều phối nhịp nhàng để đi đến một trạng thái "hoà nhi bất đồng". Trong môi trường thế giới ngày nay, chấp nhận tính đa nguyên của văn hoá và giá trị, không theo đuổi sự nhất trí tuyệt đối, cố gắng tìm kiếm điểm chung giữa hai bên, đạt được nhận thức chung lớn nhất giữa hai bên, đây chính là quan niệm cốt lõi trong quan hệ đối ngoại của Trung Quốc.

Tập Cận Bình đã nhắc đến quan niệm "cầu đồng tồn dị" tại nhiều trường hợp khác nhau. Tháng 1 năm 2022, trong bài phát biểu tại Diễn đàn kinh tế thế giới, Tập Cận Bình chỉ ra rằng các nước và các nền văn minh khác nhau nên tôn trọng lẫn nhau để cùng phát triển, cầu đồng tồn dị để hợp tác cùng thắng. Đồng thời, Tập Cận Bình nhấn mạnh rằng chúng ta phải thuận theo xu thế lớn của lịch sử, dốc sức vào ổn định trật tự quốc tế, phát huy giá trị chung của toàn nhân loại, thúc đẩy tạo dựng cộng đồng cùng chung vận mệnh của nhân loại.

和羹之美，在于合异

“和羹之美，在于合异”，出自《三国志》，意指羹汤之所以美味可口，在于把各种不同的调料合到了一起，比喻只有团结各方面的力量，才能把工作做好。这一理念强调尊重事物的多样性，致力于多样性的和谐共生，这既是当今中国主张的不同文明相处之道，也是中华优秀传统文化的精髓。

2017年1月，习近平在联合国日内瓦总部的演讲中引用“和羹之美，在于合异”，阐明人类文明多样性是世界的基本特征，也是人类进步的源泉。面对全球性挑战层出不穷的当今世界，治本之策是构建人类命运共同体。面对丰富多彩与复杂多样的人类文明，各国理应摒弃“傲慢与偏见”，相互尊重、平等相待，和而不同、美美与共。

Hoà canh chi mỹ, tại vu hợp dị

"Hoà canh chi mỹ, tại vu hợp dị (canh súp thơm ngon, bởi nhiều gia vị)" có xuất xứ từ *Tam quốc chí*, ý chỉ sở dĩ canh súp thơm ngon là do đã thêm vào nhiều gia vị khác nhau, ví với việc chỉ có đoàn kết sức mạnh về mọi mặt thì mới có thể làm tốt công việc. Quan niệm này nhấn mạnh tôn trọng tính đa dạng của sự vật, dốc sức vào sự cộng sinh hài hoà mang tính đa dạng, đó vừa là đạo lý xử thế cho các nền văn minh khác nhau mà Trung Quốc chủ trương trong ngày nay, vừa là tinh tuý trong văn hoá truyền thống tốt đẹp của dân tộc Trung Hoa.

Tháng 1 năm 2017, Tập Cận Bình đã trích dẫn câu "hoà canh chi mỹ, tại vu hợp dị" trong bài phát biểu tại Trụ sở chính của Liên hợp quốc ở Giơ-ne-vơ, trình bày rõ ràng rằng tính đa dạng của nền văn minh loài người là đặc trưng cơ bản của thế giới, cũng là cội nguồn cho sự tiến bộ của loài người. Đứng trước một thế giới gặp phải nhiều thách thức mang tính toàn cầu trong ngày nay, sách lược trị gốc là tạo dựng cộng đồng cùng chung vận mệnh của nhân loại. Đứng trước nền văn minh loài người phong phú đa sắc màu và phức tạp đa dạng, các nước nên gạt bỏ những "ngạo mạn và thành kiến", tôn trọng lẫn nhau, đối xử bình đẳng với nhau, hoà đồng nhưng không đồng nhất, hoà hợp vẻ đẹp của người khác với vẻ đẹp của mình.

美人之美，美美与共

“美人之美，美美与共”，语出中国社会学家费孝通先生的主题演讲《人的研究在中国——个人的经历》，他以“各美其美，美人之美，美美与共，天下大同”这十六字箴言阐明如何处理不同文化关系，即要尊重其他民族文化，实现世界文化共同繁荣。中华文化向来认为，在欣赏本民族创造的灿烂文明的同时，也应该去欣赏其他民族的文明，在互相欣赏的过程中促进不同文明达到一种和谐状态，实现理想中的大同美。

2019年5月，习近平在亚洲文明对话大会开幕式上指出，应坚持美人之美、美美与共。每一种文明都是美的结晶，都彰显着创造之美。各种文明本没有冲突，只是要有欣赏所有文明之美的眼睛。我们既要让本国文明充满勃勃生机，又要为他国文明发展创造条件，让世界文明百花园群芳竞艳。

Mỹ nhân chi mỹ, mỹ mỹ dữ cộng

"Mỹ nhân chi mỹ, mỹ mỹ dữ cộng (tán thưởng vẻ đẹp của người khác, hoà hợp vẻ đẹp của người khác với vẻ đẹp của mình) có xuất xứ từ bài phát biểu "Nghiên cứu về con người tại Trung Quốc — sự từng trải của cá nhân" của nhà xã hội học Trung Quốc Phí Hiếu Thông, ông lấy châm ngôn 16 chữ "Các mỹ kỳ mỹ, mỹ nhân chi mỹ, mỹ mỹ dữ cộng, thiên hạ đại đồng (mỗi người đều có vẻ đẹp riêng, tán thưởng vẻ đẹp của người khác, hoà hợp vẻ đẹp của người khác với vẻ đẹp của mình, thực hiện cái đẹp thiên hạ đại đồng)" để trình bày rõ ràng trong khi xử lý mối quan hệ giữa các nền văn hoá khác nhau, tức là phải tôn trọng nền văn hoá của dân tộc khác, tạo nên sự phồn vinh chung của các nền văn hoá trên thế giới. Nền văn hoá Trung Hoa xưa nay luôn cho rằng, bên cạnh việc tán thưởng nền văn minh rực rỡ do dân tộc mình sáng tạo, cũng nên tán thưởng nền văn minh của các dân tộc khác, thúc đẩy các nền văn minh khác nhau đạt được một trạng thái hài hoà trong quá trình tán thưởng lẫn nhau, thực hiện cái đẹp đại đồng trong lý tưởng.

Tháng 5 năm 2019, tại Lễ khai mạc Đại hội đối thoại văn minh châu Á, Tập Cận Bình chỉ ra rằng nên kiên trì tán thưởng vẻ đẹp của người khác, hoà hợp vẻ đẹp của người khác với vẻ đẹp của mình. Mỗi nền văn minh đều là kết tinh của cái đẹp, đều thể hiện rõ cái đẹp của sự sáng tạo. Các nền văn minh vốn không xung đột với nhau, miễn là phải có đôi mắt tán thưởng vẻ đẹp của tất cả các nền văn minh khác nhau. Chúng ta vừa phải làm cho nền văn minh nước mình tràn đầy sức sống, vừa phải tạo điều kiện cho sự phát triển của nền văn minh nước khác, khiến vườn hoa của các nền văn minh trên thế giới trăm hoa đua sắc.

天下大同

“天下大同”源自《礼记》，是对中国古代追求的理想世界的描述，代表着人类对未来社会的美好憧憬，即天下一家、人人平等、友爱互助。随着时代变迁，这一理念融入了全球范围的政治、经济、科技、文化融合等思想。尽管大同理想为中国原创，但西方的乌托邦、现代的共产主义、地球村等愿景也与之有着极大的相似之处。

习近平汲取中华优秀传统文化的思想精华，多次提及“天下大同”的观点。2018年12月，习近平在庆祝改革开放40周年大会上指出，自古以来，中华民族就以“天下大同”“协和万邦”的宽广胸怀，自信而又大度地开展同域外民族交往和文化交流，曾经谱写了万里驼铃万里波的浩浩丝路长歌，也曾经创造了万国衣冠会长安的盛唐气象。

Thiên hạ đại đồng

"Thiên hạ đại đồng" có xuất xứ từ *Lễ ký*, miêu tả về một thế giới lý tưởng mà Trung Quốc thời cổ đại theo đuổi, đại diện cho mong ước tốt đẹp của nhân loại hướng tới xã hội tương lai, tức thiên hạ là một nhà, mọi người đều bình đẳng với nhau, hữu nghị thân thiện và giúp đỡ lẫn nhau. Cùng với thời đại đổi thay, quan niệm này đã hoà nhập vào tư tưởng chính trị, kinh tế, khoa học công nghệ và hội nhập văn hoá, v.v. trong phạm vi toàn cầu. Mặc dù lý tưởng đại đồng là sự sáng tạo độc đáo của Trung Quốc, nhưng các viễn cảnh như xã hội không tưởng Utopia của phương Tây, chủ nghĩa cộng sản hiện đại và ngôi làng trái đất, v.v. cũng có những nét hết sức tương tự với lý tưởng đại đồng.

Tập Cận Bình hấp thu những tinh hoa tư tưởng trong văn hoá truyền thống tốt đẹp của dân tộc Trung Hoa và nhiều lần nhắc đến quan điểm "thiên hạ đại đồng". Tháng 12 năm 2018, tại Đại hội chào mừng kỷ niệm 40 năm cải cách mở cửa, Tập Cận Bình chỉ ra rằng từ xưa tới nay, dân tộc Trung Hoa đã triển khai đi lại và giao lưu văn hoá với các dân tộc nước ngoài một cách tự tin và bao dung với tấm lòng rộng mở "thiên hạ đại đồng", "hiệp hoà vạn bang", từng viết nên bài trường ca về con đường tơ lụa mênh mông với tiếng lục lạc lạc đà và tiếng sóng gió vang khắp vạn dặm, và cũng từng tạo ra cảnh tượng nhà Đường hưng thịnh với hàng nghìn người đến từ các nước hội tụ ở Trường An.

国虽大，好战必亡

《司马法》之《仁本》篇写道："国虽大，好战必亡；天下虽安，忘战必危"。这一箴言意指一个国家无论再怎么强大，如果不断进行战争也会灭亡；天下虽然安定但要居安思危，一味享乐、忘记备战就会出现危机。中国古人认为，应该本着仁爱精神处理问题，即便是正义战争，也会消耗国力。这种思想既体现了战争与国家兴衰的辩证关系，也彰显了中华民族爱好和平的精神。

习近平曾在多个外交场合引用"国虽大，好战必亡"。2014年5月，他在中国国际友好大会暨中国人民对外友好协会成立60周年纪念活动上指出，中国的先人早就知道"国虽大，好战必亡"的道理。中国坚持走和平发展道路，中国人民愿意同世界各国人民和睦相处、和谐发展，共谋和平、共护和平、共享和平。

Quốc tuy đại, hiếu chiến tất vong

Thiên "Nhân bản" trong cuốn *Tư Mã pháp* viết rằng: "Quốc tuy đại, hiếu chiến tất vong; thiên hạ tuy an, vong chiến tất nguy (nước tuy lớn, hiếu chiến tất sẽ diệt vong; thiên hạ tuy yên bình, quên chiến tranh tất sẽ lâm nguy)". Châm ngôn này có nghĩa là bất kể một quốc gia hùng mạnh đến mức nào đi chăng nữa, nếu không ngừng tiến hành chiến tranh thì cũng sẽ diệt vong; cho dù thiên hạ yên bình nhưng cũng phải luôn nghĩ đến lúc nguy nan, một mực hưởng lạc, quên chuẩn bị cho chiến tranh thì sẽ gặp phải nguy cơ. Người Trung Quốc cổ đại cho rằng nên xử lý các vấn đề trên tinh thần nhân ái, cho dù là chiến tranh chính nghĩa thì cũng sẽ làm tiêu hao nguồn lực quốc gia. Tư tưởng này vừa thể hiện mối quan hệ biện chứng giữa chiến tranh và sự thịnh suy của đất nước, vừa thể hiện rõ tinh thần yêu chuộng hoà bình của dân tộc Trung Hoa.

Tập Cận Bình đã trích dẫn câu "quốc tuy đại, hiếu chiến tất vong" tại nhiều trường hợp ngoại giao khác nhau. Tháng 5 năm 2014, tại Đại hội hữu nghị quốc tế Trung Quốc và hoạt động kỷ niệm 60 năm ngày thành lập Hiệp hội Hữu nghị Đối ngoại Nhân dân Trung Quốc, Tập Cận Bình chỉ ra rằng tổ tiên của người Trung Quốc đã sớm hiểu về đạo lý "quốc tuy đại, hiếu chiến tất vong". Trung Quốc kiên trì đi theo con đường phát triển hoà bình, nhân dân Trung Quốc sẵn sàng chung sống hoà bình, phát triển hài hoà, cùng mưu cầu, cùng bảo vệ và cùng hưởng hoà bình với nhân dân các nước trên thế giới.

兼爱非攻

“兼爱非攻”是墨家的基本主张。“兼爱”强调每个人都应像爱自己一样爱他人，像爱自己的家人、国人一样爱别人的家人、爱别国的国人，那么人与人之间就会彼此相爱。这种相爱是不分亲疏远近、尊卑上下的，是平等的、没有差别的爱。只要做到“兼爱”，就能够避免人与人、家与家、国与国之间的相互攻伐、侵害，进而实现互利。“非攻”即反对不义的战争。墨家认为，违反道义的攻伐有着严重危害，不仅被攻伐的国家会遭到极大破坏，发动战争的国家也会面临大量的人员伤亡及财产损失，因此应该禁止不义的战争。

2014年6月，习近平在和平共处五项原则发表60周年纪念大会上指出，和平共处五项原则之所以在亚洲诞生，是因为它传承了亚洲人民崇尚和平的思想传统，中华民族历来崇尚“协和万邦”“兼爱非攻”等理念。

Kiêm ái phi công

"Kiêm ái phi công (yêu người khác như yêu mình, phản đối chiến tranh phi nghĩa) là chủ trương cơ bản của Mặc gia. "Kiêm ái" nhấn mạnh mỗi người đều nên yêu thương người khác như yêu thương chính bản thân mình, yêu thương người nhà của người khác, người dân của nước khác như yêu thương người nhà của mình, người dân của nước mình, như vậy giữa người với người thì sẽ yêu thương lẫn nhau. Sự yêu thương này không phân biệt thân sơ xa gần và tôn ti trên dưới, là sự yêu thương bình đẳng và không có sự khác biệt. Miễn là làm được "kiêm ái" thì có thể tránh khỏi sự đánh phá và xâm phạm lẫn nhau giữa con người với con người, gia đình với gia đình và đất nước với đất nước, do đó thực hiện cùng có lợi. "Phi công" tức phản đối chiến tranh phi nghĩa. Mặc gia cho rằng sự đánh phá trái với đạo nghĩa có nguy hại nghiêm trọng, không những phá hoại nghiêm trọng những nước bị đánh phá, mà những nước phát động chiến tranh cũng sẽ phải hứng chịu thương vong nặng nề và tổn thất nghiêm trọng về tài sản, vì vậy nên cấm chiến tranh phi nghĩa.

Tháng 6 năm 2014, tại Đại hội kỷ niệm 60 năm phát biểu năm nguyên tắc chung sống hoà bình, Tập Cận Bình chỉ ra rằng sở dĩ năm nguyên tắc chung sống hoà bình được ra đời ở châu Á, là do năm nguyên tắc đã kế thừa truyền thống tư tưởng tôn sùng hoà bình của nhân dân châu Á, dân tộc Trung Hoa xưa nay luôn tôn sùng các quan niệm như "hiệp hoà vạn bang", "kiêm ái phi công", v.v.

己所不欲，勿施于人

“己所不欲，勿施于人”，出自《论语》，意为自己不喜欢的，也不要强加给对方。这一箴言强调设身处地、换位思考，认为人应该以对待自身行为的态度为参照物来对待他人，要宽宏大量，宽恕待人。倘若把自己不喜欢的硬推给他人，不仅会破坏彼此关系，还会让事情变得僵持而不可收拾。这是儒家处理人与人关系的重要原则，体现了尊重、仁爱、平等和宽容的基本精神。

习近平于2013年6月在墨西哥参议院的演讲、2014年3月在德国科尔伯基金会的演讲、2017年1月在联合国日内瓦总部的演讲、2021年11月在中国—东盟建立对话关系30周年纪念峰会上的讲话等多个场合，均引用了“己所不欲，勿施于人”这一箴言，阐明中国坚持和平发展道路，永不称霸、永不扩张、永不谋求势力范围。

Kỷ sở bất dục, vật thi vu nhân

"Kỷ sở bất dục, vật thi vu nhân (việc gì mình không muốn thì đừng làm cho người khác)" có xuất xứ từ *Luận ngữ*, có nghĩa là những gì mà mình không thích thì cũng đừng áp đặt lên người khác. Châm ngôn này nhấn mạnh đặt mình vào hoàn cảnh người khác, suy nghĩ cho người khác, cho rằng con người nên lấy thái độ đối với chính bản thân mình làm vật tham chiếu để đối xử với người khác, phải khoan dung độ lượng, biết thông cảm cho người khác. Nếu áp đặt những gì mà mình không thích lên người khác thì không những sẽ phá hoại mối quan hệ giữa hai bên, mà còn khiến sự việc trở nên giằng co mà không thể cứu vãn. Đây là nguyên tắc quan trọng của Nho gia trong việc xử lý mối quan hệ giữa con người với con người, đã thể hiện tinh thần cơ bản tôn trọng, nhân ái, bình đẳng và khoan dung.

Trong các bài phát biểu tại nhiều nơi như Thượng nghị viện Mê-hi-cô vào tháng 6 năm 2013, Quỹ Koerber ở Đức vào tháng 3 năm 2014, Trụ sở chính của Liên hợp quốc ở Giơ-ne-vơ vào tháng 1 năm 2017, Hội nghị thượng đỉnh kỷ niệm 30 năm thiết lập quan hệ đối thoại giữa Trung Quốc – ASEAN vào tháng 11 năm 2021, Tập Cận Bình đều đã trích dẫn câu châm ngôn "kỷ sở bất dục, vật thi vu nhân", trình bày rõ ràng rằng Trung Quốc kiên trì đi theo con đường phát triển hoà bình, mãi mãi không xưng bá, mãi mãi không bành trướng, mãi mãi không mưu cầu phạm vi thế lực.

恃德者昌，恃力者亡

“恃德者昌，恃力者亡”，语出《史记》，意为依靠美德行事的人一定兴旺发达，凭借暴力行事的人必将走向灭亡。中国人自古提倡以德服人，反对以权压人，认为只有用德行才能让人心悦诚服，而权力只能使人被迫屈从，不能达成真实持久的和谐团结。

2016年4月，习近平在亚洲相互协作与信任措施会议第五次外长会议开幕式上引用“恃德者昌，恃力者亡”一语，倡议树立共同、综合、合作、可持续的亚洲安全观，提出应依据国际法，坚持对话协商，以和平方式解决争议问题，并通过对话增互信、解纷争、促安全，共创亚洲和平与繁荣的美好未来。

Thị đức giả xương, thị lực giả vong

"Thị đức giả xương, thị lực giả vong (dựa vào mỹ đức thì sẽ hưng thịnh, dựa vào bạo lực thì sẽ suy vong)" có xuất xứ từ *Sử ký*, có nghĩa là những người làm việc dựa vào mỹ đức thì chắc chắn sẽ thịnh vượng thành đạt, những người làm việc dựa vào bạo lực thì chắc chắn sẽ đi đến diệt vong. Người Trung Quốc từ xưa đã khởi xướng lấy đức hạnh để làm cho người khác tín phục, phản đối áp đặt người khác bằng quyền lực, cho rằng chỉ có bằng đức hạnh thì mới có thể làm cho người khác thật lòng khâm phục, mà quyền lực thì chỉ có thể làm cho người khác buộc phải khuất phục, không thể đạt được sự đoàn kết hài hoà thật sự và lâu bền.

Tháng 4 năm 2016, Tập Cận Bình đã trích dẫn câu "thị đức giả xương, thị lực giả vong" tại Lễ khai mạc cuộc họp cấp Bộ trưởng Ngoại giao lần thứ 5 của Hội nghị về phối hợp hành động và các biện pháp xây dựng lòng tin ở châu Á (CICA), khởi xướng xây dựng quan niệm an ninh châu Á cùng chung, tổng hợp, hợp tác và bền vững, đề xuất nên căn cứ vào Luật Quốc tế, kiên trì đối thoại, hiệp thương, giải quyết tranh chấp bằng phương thức hoà bình, và thông qua đối thoại để tăng cường sự tin cậy lẫn nhau, giải quyết tranh chấp, thúc đẩy an ninh, cùng sáng tạo tương lai tốt đẹp hoà bình và phồn vinh của châu Á.

国不以利为利，以义为利也

“国不以利为利，以义为利也”，出自《大学》，意为治理国家不应以财富为利益出发点，而应以仁义为处事着眼点。“义”与“利”是中国人道德观里最基本的两个概念，一个是道德理性，一个是功利理性。在儒家看来，“义”与“利”都是人性的本能，人有逐利的冲动，也会有道德的萌动，只不过在价值判断上，不仅“义”要高于“利”，而且要用“义”来约束和引导“利”。

2014年7月，习近平在韩国国立首尔大学的演讲中引用“国不以利为利，以义为利也”，指明在国际关系中要妥善处理义和利的关系，践行正确义利观。

Quốc bất dĩ lợi vi lợi, dĩ nghĩa vi lợi dã

"Quốc bất dĩ lợi vi lợi, dĩ nghĩa vi lợi dã (quản lý đất nước không nên coi sự giàu có là lợi ích, mà nên coi đạo nghĩa là lợi ích)" có xuất xứ từ *Đại học*, ý chỉ quản lý đất nước không nên lấy sự giàu có làm điểm xuất phát của lợi ích, mà nên lấy nhân nghĩa làm nguyên tắc xử thế. "Nghĩa (đạo nghĩa)" và "lợi (lợi ích)" là hai khái niệm cơ bản nhất trong quan niệm đạo đức của người Trung Quốc, một là lý tính về đạo đức, hai là lý tính về công danh lợi lộc. Theo Nho gia thì cả "nghĩa" và "lợi" đều là bản năng của tính người, con người có sự thôi thúc để mưu cầu lợi ích, và cũng có sự manh nha về ý thức đạo đức, chẳng qua về mặt nhận định giá trị thì không những "nghĩa" cao hơn "lợi", mà còn phải lấy "nghĩa" để ràng buộc và dẫn dắt "lợi".

Tháng 7 năm 2014, Tập Cận Bình đã trích dẫn câu "quốc bất dĩ lợi vi lợi, dĩ nghĩa vi lợi dã" trong bài phát biểu tại Đại học Quốc gia Seoul Hàn Quốc, chỉ rõ rằng phải xử lý ổn thoả mối quan hệ giữa đạo nghĩa và lợi ích, thực hiện quan niệm đạo nghĩa và lợi ích đúng đắn trong quan hệ quốc tế.

己欲立而立人，己欲达而达人

“己欲立而立人，己欲达而达人”，出自《论语》，意为自己要站稳，才能扶起摔倒的人；自己要腾达，才能博施济众。如果说“爱人”是“仁”的基本内涵，那么“己欲立而立人，己欲达而达人”就是“爱人”的行动指南。这包含三个层面的含义：第一，自己不想要的，不要强加给他人；第二，推己及人、设身处地地为他人着想；第三，在自己努力争取成功的时候，也要积极促进和帮助他人获得成功。

2015年4月，习近平在巴基斯坦议会的演讲中指出，中华文化倡导“己欲立而立人，己欲达而达人”，中国坚持正确义利观，帮助巴基斯坦就是帮助我们自己。

Kỷ dục lập nhi lập nhân, kỷ dục đạt nhi đạt nhân

"Kỷ dục lập nhi lập nhân, kỷ dục đạt nhi đạt nhân (người muốn đứng vững thì cũng nên giúp người khác đứng vững, muốn mình thành đạt thì cũng nên giúp người khác thành đạt)" có xuất xứ từ *Luận ngữ*, có nghĩa là mình phải đứng vững thì mới có thể đỡ người ngã dậy; mình phải thành đạt thì mới có thể thường xuyên giúp đỡ và tiếp tế dân chúng. Nếu nói rằng "ái nhân (yêu người)" là nội hàm cơ bản của "nhân", vậy thì "kỷ dục lập nhi lập nhân, kỷ dục đạt nhi đạt nhân" chính là kim chỉ nam hành động cho việc "ái nhân". Điều này có ba hàm nghĩa như sau: Thứ nhất, những gì mà mình không muốn thì đừng áp đặt lên người khác; thứ hai, suy mình ra người, đặt mình vào hoàn cảnh người khác và suy nghĩ cho người khác; thứ ba, khi mình đang cố gắng đi đến thành công thì cũng phải tích cực thúc đẩy và giúp đỡ người khác thành công.

Tháng 4 năm 2015, trong bài phát biểu tại Quốc hội Pa-ki-xtan, Tập Cận Bình chỉ ra rằng nền văn hoá Trung Hoa khởi xướng "kỷ dục lập nhi lập nhân, kỷ dục đạt nhi đạt nhân", Trung Quốc kiên trì quan niệm đạo nghĩa và lợi ích đúng đắn, giúp đỡ Pa-ki-xtan chính là giúp đỡ chính bản thân mình.

穷则独善其身，达则兼善天下

“穷则独善其身，达则兼善天下”，出自《孟子》，意为不得志时就要洁身自好修养个人品德，得志时就要让全天下人都能得到帮助和利益。

2014年3月，习近平在中法建交50周年纪念大会上的讲话中指出，“穷则独善其身，达则兼善天下”是中华民族始终崇尚的品德和胸怀，中国一心一意办好自己的事情，既是对自己负责，也是为世界作贡献。随着自身不断发展，中国已经并将继续尽己所能，为世界和平与发展作出自己的贡献。

Cùng tắc độc thiện kỳ thân, đạt tắc kiêm thiện thiên hạ

"Cùng tắc độc thiện kỳ thân, đạt tắc kiêm thiện thiên hạ (nghèo thì chỉ lo cho mỗi bản thân mình, khi hiển đạt thì làm phúc cho thiên hạ)" có xuất xứ từ *Mạnh Tử*, ý chỉ khi bất đắc chí thì phải giữ mình trong sạch và tu dưỡng phẩm hạnh đạo đức, khi đắc chí thì phải giúp đỡ và đem lại lợi ích cho tất cả mọi người trong thiên hạ.

Tháng 3 năm 2014, trong bài phát biểu tại Đại hội kỷ niệm 50 năm thiết lập quan hệ ngoại giao Trung Quốc – Pháp, Tập Cận Bình chỉ ra rằng "cùng tắc độc thiện kỳ thân, đạt tắc kiêm thiện thiên hạ" là phẩm hạnh đạo đức và hoài bão được dân tộc Trung Hoa luôn tôn sùng, việc Trung Quốc một lòng một dạ làm tốt công việc của mình vừa là chịu trách nhiệm với bản thân, vừa là đóng góp cho thế giới. Cùng với sự không ngừng phát triển bản thân, Trung Quốc đã và sẽ tiếp tục cố gắng hết mình, đóng góp phần mình cho hoà bình và phát triển của thế giới.

亲仁善邻

“亲仁善邻”出自《左传》，意为与仁德亲近，与邻邦友好，是个人和国家都应该坚持的原则。这一理念强调“亲仁”是建立“善邻”关系的基础，即双方都应当共同遵循仁德，体现了原则性和务实性相统一的国际关系理念，展现了中华民族崇尚“仁”与“协和万邦”的基本精神。

2019年5月，习近平在亚洲文明对话大会开幕式上指出，亲仁善邻、协和万邦是中华文明一贯的处世之道。中国秉持亲诚惠容理念和与邻为善、以邻为伴的周边外交方针，深化同周边国家关系，打造周边命运共同体，充分体现了这一传统智慧。

Thân nhân thiện lân

“Thân nhân thiện lân (thân cận với đức nhân, giao hảo với lân bang)” có xuất xứ từ *Tả truyện*, ý chỉ việc thân cận với người có đức nhân, quan hệ hữu hảo với các nước láng giềng là một nguyên tắc mà mỗi cá nhân và quốc gia cần phải kiên trì. Quan niệm này nhấn mạnh “thân nhân” là nền tảng để xây dựng quan hệ “thiện lân”, tức hai bên đều nên tuân theo đức nhân, điều này đã thể hiện quan niệm quan hệ quốc tế với sự thống nhất giữa tính nguyên tắc và tính thiết thực, thể hiện tinh thần cơ bản tôn sùng chữ “nhân” và “hiệp hoà vạn bang” của dân tộc Trung Hoa.

Tháng 5 năm 2019, trong bài phát biểu tại Đại hội đối thoại văn minh châu Á, Tập Cận Bình chỉ ra rằng thân cận với đức nhân, giao hảo với lân bang, chung sống hài hoà với các nước khác là đạo lý xử thế nhất quán của nền văn minh Trung Hoa. Trung Quốc kiên trì quan niệm thân, thành, huệ, dung và phương châm ngoại giao láng giềng thân thiện với láng giềng và làm bạn với láng giềng, làm sâu sắc thêm mối quan hệ với các nước láng giềng, tạo dựng cộng đồng cùng chung vận mệnh với khu vực xung quanh, điều này đã thể hiện đầy đủ trí tuệ truyền thống này.

投桃报李

“投桃报李”源自《诗经》，意为你赠给我木桃，我回赠给你木李，泛指互赠礼品、礼尚往来，即用礼物为载体，传达对对方的善意，表达与对方永结友好的诚意，隐喻平等互惠的关系原则。

2020年3月，习近平在同沙特国王萨勒曼通电话时表示，中国发生新冠肺炎疫情后，你第一时间向我表达慰问和支持，沙特政府和各界纷纷伸出援手，向中方提供了多批物资援助，中方铭记在心。中华民族是懂得感恩、投桃报李的民族。实际上，中国始终在力所能及范围内为国际社会抗疫提供支持，共同维护全球公共卫生安全，正是这一理念的有力印证。

Đầu đào báo lý

"Đầu đào báo lý (ném cho quả đào để đền đáp lại quả mận)" có nguồn gốc từ *Kinh thi*, có nghĩa là bạn tặng cho tôi quả đào, tôi tặng lại quả mận cho bạn, phiếm chỉ việc tặng quà cho nhau, có đi có lại mới toại lòng nhau, tức lấy quà tặng làm vật chuyển tải để bày tỏ thiện chí với bạn, bày tỏ thành ý mãi mãi giữ mối quan hệ hữu hảo với bạn, được dùng để ẩn dụ nguyên tắc quan hệ bình đẳng và cùng có lợi.

Tháng 3 năm 2020, khi điện đàm với Quốc vương Salman của Ả Rập Xê Út, Tập Cận Bình tỏ rõ, sau khi Trung Quốc xảy ra dịch COVID-19, ngài đã tỏ lòng thăm hỏi và ủng hộ tôi trong thời gian sớm nhất, Chính phủ và các giới Ả Rập Xê Út đã tích cực hỗ trợ, cung cấp nhiều đợt vật tư viện trợ cho Trung Quốc, điều này phía Trung Quốc sẽ ghi nhớ trong lòng. Dân tộc Trung Hoa là một dân tộc luôn luôn biết ơn và thực hiện quan niệm ném cho quả đào để đền đáp lại quả mận. Trên thực tế, Trung Quốc luôn hỗ trợ việc phòng, chống dịch COVID-19 của cộng đồng quốc tế trong phạm vi khả năng của mình, cùng nhau bảo vệ an ninh y tế công cộng toàn cầu, đó chính là một minh chứng mạnh mẽ cho quan niệm này.

志合者，不以山海为远

“志合者，不以山海为远”，出自《抱朴子》，意为如果两人志趣相同，他们不会因为有山海阻隔而感到彼此距离很远，交往的重点在于志向的相合、志趣的相投，阐发了志同道合的道理。

2013年3月，习近平在金砖国家领导人第五次会晤时的主旨讲话中引用“志合者，不以山海为远”，指出来自世界四大洲的五个国家，为了构筑伙伴关系、实现共同发展的宏伟目标走到了一起，为了推动国际关系民主化、推进人类和平与发展的崇高事业走到了一起。求和平、谋发展、促合作、图共赢，是金砖国家共同的愿望和责任。

Chí hợp giả, bất dĩ sơn hải vi viễn

"Chí hợp giả, bất dĩ sơn hải vi viễn (nếu cùng chung chí hướng thì cho dù sông ngăn núi cách cũng không cảm thấy xa xôi)" có xuất xứ từ *Bão phác tử*, có nghĩa là nếu hai người cùng chung chí hướng thì cho dù ngăn sông cách núi cũng không hề cảm thấy có khoảng cách xa xôi giữa hai người, sự giao du qua lại chú trọng vào việc có cùng chí hướng và cùng hứng thú, điều này đã trình bày đạo lý cùng chung chí hướng.

Tháng 3 năm 2013, Tập Cận Bình đã trích dẫn câu "chí hợp giả, bất dĩ sơn hải vi viễn" trong bài phát biểu chính tại cuộc gặp lần thứ 5 của các nhà lãnh đạo các nước BRICS, chỉ ra rằng năm quốc gia đến từ bốn đại châu trên thế giới đã đến với nhau nhằm xây dựng quan hệ đối tác và thực hiện mục tiêu hùng vĩ cùng phát triển, đến với nhau nhằm thúc đẩy dân chủ hoá quan hệ quốc tế và thúc đẩy sự nghiệp cao cả hoà bình và phát triển của loài người. Mưu cầu hoà bình, mưu cầu phát triển, thúc đẩy hợp tác, mong cầu cùng thắng là nguyện vọng và trách nhiệm chung của các nước BRICS.

有朋自远方来，不亦乐乎

“有朋自远方来，不亦乐乎”是《论语》的开篇之语，意为那些志同道合的人，从各个方向、从各个地方聚到自己身旁，难道不是一件非常高兴的事吗？中国古人认为，要做成一件事，特别是要做成一件大事，必须要有志同道合的人。只有志趣相投的朋友在一起，做起事情来才是幸福的，做的事情才是有价值的。

2014年9月，习近平在参加纪念孔子诞辰2565周年国际学术研讨会时，引用“有朋自远方来，不亦乐乎”这句古语作为欢迎来自世界各国嘉宾及专家学者的开场白，表达了中国人民对朋友到来的愉悦，体现了中国人民广交天下朋友的胸怀与热情。

Hữu bằng tự viễn phương lai, bất diệc lạc hồ

"Hữu bằng tự viễn phương lai, bất diệc lạc hồ (có người cùng chung chí hướng từ nơi xa đến thăm, chẳng mừng lắm sao)" là câu mở đầu trong cuốn *Luận ngữ*, ý chỉ những người cùng chung chí hướng đã hội tụ ở xung quanh mình từ các phương hướng và các nơi khác nhau, đây chẳng phải là một chuyện đáng mừng lắm sao? Người Trung Quốc cổ đại cho rằng muốn làm nên một việc, đặc biệt là muốn làm nên một việc lớn thì cần phải có những người cùng chung chí hướng. Chỉ có làm việc cùng những người bạn cùng chung chí hướng thì mới là điều hạnh phúc, mới khiến cho việc làm có giá trị.

Tháng 9 năm 2014, khi tham dự Hội thảo khoa học quốc tế nhân dịp kỷ niệm 2.565 năm ngày sinh của Khổng Tử, Tập Cận Bình đã trích dẫn câu cổ ngữ "hữu bằng tự viễn phương lai, bất diệc lạc hồ" làm lời mở đầu để chào mừng các vị khách quý và chuyên gia học giả đến từ các nước trên thế giới, bày tỏ niềm hân hoan của nhân dân Trung Quốc đối với sự hiện diện của những người bạn, thể hiện tấm lòng và nhiệt tình kết bạn rộng rãi với nhân dân thế giới của nhân dân Trung Quốc.

四海之内皆兄弟

“四海之内皆兄弟”出自《论语》，意为全天下的人都亲如兄弟。“四海”即东海、西海、南海、北海，古人认为天圆地方，中国居陆地中间，陆地四周由四海环绕。“四海之内”指当时已知的人类生活空间，“四海之内皆兄弟”彰显了中国人兼济天下的博大胸怀、仁爱友善的人文精神。

2015年3月，习近平在博鳌亚洲论坛年会上指出，中国最需要和谐稳定的国内环境与和平安宁的国际环境，任何动荡和战争都不符合中国人民根本利益，中华民族历来爱好和平，自古就崇尚“四海之内皆兄弟”等思想。

Tứ hải chi nội giai huynh đệ

"Tứ hải chi nội giai huynh đệ (người trong bốn biển đều là anh em cả)" có xuất xứ từ *Luận ngữ*, có nghĩa là tất cả mọi người trong thiên hạ đều thân nhau như anh em. "Tứ hải (bốn biển)" tức là Đông Hải, Tây Hải, Nam Hải và Bắc Hải, người xưa cho rằng trời tròn đất vuông, Trung Quốc nằm ở vị trí trung tâm đất liền, bốn phía đất liền được bao quanh bởi biển. "Tứ hải chi nội (trong bốn biển)" là chỉ không gian sinh sống của loài người mà thời ấy đã biết, "tứ hải chi nội giai huynh đệ" đã thể hiện rõ tấm lòng rộng lớn làm phúc cho thiên hạ và tinh thần nhân văn nhân ái hữu nghị của người Trung Quốc.

Tháng 3 năm 2015, tại Hội nghị thường niên của Diễn đàn châu Á Bác Ngao, Tập Cận Bình chỉ ra rằng Trung Quốc cần nhất là môi trường trong nước hài hoà, ổn định và môi trường quốc tế hoà bình, yên ổn, bất cứ tình hình rối ren và chiến tranh nào cũng không phù hợp với lợi ích căn bản của nhân dân Trung Quốc, dân tộc Trung Hoa xưa nay luôn yêu chuộng hoà bình, từ xưa đã tôn sùng những tư tưởng như "tứ hải chi nội giai huynh đệ", v.v.

物之不齐，物之情也

“物之不齐，物之情也”，出自《孟子》，意为物品千差万别，这是客观情况和自然规律。这一理念强调事物的差异性，告诉人们不必把差别看作异类，而应将差异作为自己取长补短的补充。

习近平在论述国与国之间、不同文明之间的关系时，多次引用“物之不齐，物之情也”这句古语。2015年9月，习近平接受美国《华尔街日报》采访时引用这一古语，指出既然世界上存在着不同的民族、历史、文化、宗教、制度、发展水平、生活方式，那就肯定会存在一些相互之间不那么好理解的事情。但是，一切看上去不可理解的事情都是可以理解的，关键是要有去理解的意愿与行动，而不是彼此排斥、无法兼容。

Vật chi bất tề, vật chi tình dã

"Vật chi bất tề, vật chi tình dã (sự vật không đều nhau, là cái lẽ của sự vật)" có xuất xứ từ *Mạnh Tử*, ý chỉ sự vật có khác biệt rất lớn, đây là tình hình khách quan và quy luật tự nhiên. Quan niệm này nhấn mạnh tính khác biệt của sự vật, nói với người ta rằng không cần coi sự khác biệt là cái khác thường, mà nên lấy sự khác biệt làm sự bổ sung để cho mình lấy dài bù ngắn.

Khi trình bày về mối quan hệ giữa các nước, giữa các nền văn minh khác nhau, Tập Cận Bình đã nhiều lần trích dẫn câu cổ ngữ "vật chi bất tề, vật chi tình dã" này. Tháng 5 năm 2015, Tập Cận Bình đã trích dẫn câu cổ ngữ này trong khi trả lời phỏng vấn của Nhật báo Phố Wall của Mỹ, chỉ ra rằng thế giới đã tồn tại những dân tộc, lịch sử, văn hoá, tôn giáo, chế độ, trình độ phát triển và lối sống khác nhau, vậy thì chắc chắn sẽ tồn tại những sự việc không dễ dàng để các bên lý giải. Tuy nhiên, tất cả những sự việc xem ra không thể lý giải thực ra đều là có thể lý giải được, điều mấu chốt là phải có nguyện vọng và hành động đi lý giải chứ không phải gạt bỏ lẫn nhau, không tương thích với nhau.

独学而无友，则孤陋而寡闻

“独学而无友，则孤陋而寡闻”，出自《礼记》，意为独自学习而没有朋友一起切磋，就会知识狭隘、见识短浅，导致教育的失败；只有学习中相互观摩、取长补短，教育才能成功。事实上，朋友间切磋琢磨，也是中国传统儒学教育理论的一大特点，儒家始终认为互学互助是增长知识、修养德行的重要因素。

习近平在2014年9月纪念孔子诞辰2565周年国际学术研讨会暨国际儒学联合会第五届会员大会，以及接受美国《华尔街日报》采访等多个场合中，都引用“独学而无友，则孤陋而寡闻”来表达对文化交流和文明对话的态度。这一箴言提醒人们，面对人类社会创造的各种文明，既不能盲目自卑，失去民族自信力，又不能过度自傲，存有门户之见：一方面，各国要尊重自己的民族文化，另一方面，各国文明又要互学互鉴，共同推进人类文明交流交融，切不可自我封闭，更不能唯我独尊。

Độc học nhi vô hữu, tắc cô lậu nhi quả văn

"Độc học nhi vô hữu, tắc cô lậu nhi quả văn (học một mình mà không học cùng bạn bè, thì sẽ có kiến thức nông cạn)" có xuất xứ từ *Lễ ký*, có nghĩa là học một mình mà không dùi mài học vấn cùng bạn bè, thì sẽ có hiểu biết hạn hẹp và kiến thức nông cạn, dẫn đến thất bại trong giáo dục; chỉ có học hỏi lẫn nhau, lấy dài bù ngắn trong việc học thì giáo dục mới có thể thành công được. Trên thực tế, cùng bạn bè dùi mài và thảo luận học vấn cũng là một đặc điểm lớn trong lý luận giáo dục Nho học truyền thống của Trung Quốc, Nho gia luôn cho rằng học hỏi và giúp đỡ lẫn nhau là nhân tố quan trọng trong việc tăng thêm sự hiểu biết và tu dưỡng phẩm hạnh đạo đức.

Tại nhiều trường hợp như Hội thảo khoa học quốc tế nhân dịp kỷ niệm 2.565 năm ngày sinh của Khổng Tử và Đại hội thành viên lần thứ 5 của Hội Liên hiệp Nho học quốc tế, khi trả lời phỏng vấn của Nhật báo Phố Wall của Mỹ, v.v. Tập Cận Bình đều đã trích dẫn câu "độc học nhi vô hữu, tắc cô lậu nhi quả văn" để bày tỏ thái độ đối với việc giao lưu văn hoá và đối thoại văn minh. Câu châm ngôn này nhắc nhở người ta rằng khi đứng trước các nền văn minh khác nhau do xã hội loài người sáng tạo, không thể tự ti một cách mù quáng và đánh mất sự tự tin về dân tộc, cũng không thể tự cao quá mức và có thành kiến bè phái; một mặt, các nước phải tôn trọng văn hoá dân tộc của mình, mặt khác, các nền văn minh của các nước cũng phải học hỏi và tham khảo lẫn nhau, cùng nhau thúc đẩy sự giao lưu và hội nhập của nền văn minh nhân loại, nhất thiết không được tự khép mình lại, càng không thể tự cao tự đại, chỉ cho mình là nhất.

万物并育而不相害，道并行而不相悖

“万物并育而不相害，道并行而不相悖”，出自《中庸》，这一理念阐明了中国人认识世界的基本方式，那就是万物竞相生长，彼此之间并不妨害；日月运行、四时更替各有各的规律，相互之间并不冲突。

2017年12月，习近平在中国共产党与世界政党高层对话会上引用“万物并育而不相害，道并行而不相悖”，指出文明的繁盛、人类的进步，离不开求同存异、开放包容，离不开文明交流、互学互鉴。不同文明应该和谐共生、相得益彰，共同为人类发展提供精神力量。

Vạn vật tịnh dục nhi bất tương hại, đạo tịnh hành nhi bất tương bội

"Vạn vật tịnh dục nhi bất tương hại, đạo tịnh hành nhi bất tương bội (vạn vật cùng lúc sinh trưởng mà không làm hại nhau, các đạo đồng thời thi hành mà không trái nhau)" có xuất xứ từ *Trung dung*, quan niệm này đã trình bày rõ ràng phương thức nhận thức thế giới cơ bản của người Trung Quốc, đó chính là vạn vật đua nhau sinh trưởng mà không làm hại nhau; nhật nguyệt vận hành, bốn mùa luân phiên đều có quy luật của riêng mình mà không xung đột với nhau.

Tháng 12 năm 2017, Tập Cận Bình đã trích dẫn câu "vạn vật tịnh dục nhi bất tương hại, đạo tịnh hành nhi bất tương bội" tại cuộc Đối thoại cấp cao giữa Đảng Cộng sản Trung Quốc với các chính đảng trên thế giới, chỉ ra rằng sự phồn thịnh của nền văn minh, sự tiến bộ của loài người đều gắn chặt với sự cầu đồng tồn dị, mở cửa bao dung cũng như giao lưu, học hỏi và tham khảo lẫn nhau giữa các nền văn minh. Các nền văn minh khác nhau nên cộng sinh hài hoà, bổ sung cho nhau để trở nên tốt đẹp hơn, cùng tạo sức mạnh tinh thần cho sự phát triển của loài người.

互学互鉴

互学互鉴是指在尊重文明多样性、道路多样化和发展水平不平衡等差异的基础上相互学习、相互借鉴，取长补短、共同提高。交流互鉴是文明发展的本质要求，文明交流互鉴应该是对等的、平等的，多元的、多向的，而不应该是强制的、强迫的，单一的、单向的。各国应该以宽广的胸怀打破文化交往的壁垒，以兼收并蓄的态度汲取其他文明的养分，促进文明在交流互鉴中共同前进。

2019年4月，习近平在第二届“一带一路”国际合作高峰论坛开幕式上的主旨演讲中强调了加强文明互学互鉴的重要性。他指出，我们要积极架设不同文明互学互鉴的桥梁，深入开展教育、科学、文化、体育、旅游、卫生、考古等各领域人文合作，加强议会、政党、民间组织往来，密切妇女、青年、残疾人等群体交流，形成多元互动的人文交流格局。

Học hỏi và tham khảo lẫn nhau

Học hỏi và tham khảo lẫn nhau là chỉ học hỏi và tham khảo lẫn nhau, lấy dài bù ngắn, cùng nhau phát triển trên cơ sở tôn trọng những sự khác biệt như tính đa dạng của nền văn minh, tính đa dạng của đường lối và trình độ phát triển không đồng đều, v.v. Học hỏi và tham khảo lẫn nhau là yêu cầu bản chất trong sự phát triển của nền văn minh, nên được thực hiện một cách đồng đẳng, bình đẳng, đa nguyên và đa chiều, chứ không phải cưỡng chế, bắt buộc, đơn nhất và một chiều. Các nước nên phá vỡ rào cản giao lưu văn hoá với tấm lòng rộng lớn, hấp thụ chất dinh dưỡng của các nền văn minh khác với thái độ tiếp thu mọi cái hay dở, thúc đẩy các nền văn minh cùng nhau tiến về phía trước trong sự giao lưu và tham khảo lẫn nhau.

Tháng 4 năm 2019, trong bài phát biểu chính tại Lễ khai mạc Diễn đàn cấp cao hợp tác quốc tế "Một vành đai, một con đường" lần thứ 2, Tập Cận Bình đã nhấn mạnh tầm quan trọng của việc tăng cường học hỏi và tham khảo lẫn nhau giữa các nền văn minh. Tập Cận Bình chỉ ra rằng, chúng ta phải tích cực xây dựng nhịp cầu để các nền văn minh khác nhau học hỏi và tham khảo lẫn nhau, đi sâu triển khai hợp tác nhân văn trong các lĩnh vực như giáo dục, khoa học, văn hoá, thể dục thể thao, du lịch, vệ sinh y tế và khảo cổ, v.v. tăng cường giao lưu giữa nghị viện, chính đảng và tổ chức dân gian, thúc đẩy giao lưu mật thiết giữa các tầng lớp phụ nữ, thanh niên và người khuyết tật, v.v. hình thành cục diện giao lưu nhân văn đa nguyên và tương tác lẫn nhau.

海纳百川，有容乃大

“海纳百川，有容乃大”出自民族英雄林则徐的一副自勉联，意为要拥有像大海能容纳无数江河水一样宽广辽阔的胸襟和大气包容的品性。这一理念是在承认并尊重个体及社会差异基础上协调自我与他人关系、寻求社会和谐的一种道德自觉，但又不是故意纵容或作无原则的妥协。其提醒人们立身行事尤其是为官理政，要心胸开阔，善于听取各种意见，宽和对待不同事物，就像大海接纳无数江河细流一样，唯有如此才能养成伟大的品格，成就伟大的事业。

2017年1月，习近平在联合国日内瓦总部的演讲中引用“海纳百川，有容乃大”，强调国际社会要推进国际关系民主化，不能搞“一国独霸”或“几方共治”。世界命运应该由各国共同掌握，国际规则应该由各国共同书写，全球事务应该由各国共同治理，发展成果应该由各国共同分享。

Hải nạp bách xuyên, hữu dung nãi đại

"Hải nạp bách xuyên, hữu dung nãi đại (biển nạp trăm sông, chứa được mới lớn)" có xuất xứ từ một câu đối dùng để răn mình của anh hùng dân tộc Lâm Tắc Từ, có nghĩa là phải có tấm lòng rộng rãi và đức tính bao dung như biển cả có thể dung nạp sông suối nhiều vô kể. Quan niệm này là một sự tự giác về mặt đạo đức để xử lý một cách hài hoà mối quan hệ với người khác và mưu cầu xã hội hài hoà trên cơ sở chấp nhận và tôn trọng sự khác biệt của cá thể và xã hội, nhưng lại không phải là cố tình dung túng hoặc thoả hiệp vô nguyên tắc. Câu này nhắc nhở người ta rằng khi lập thân xử thế nhất là khi làm quan và quản lý đất nước, phải có tấm lòng rộng mở, vui lòng lắng nghe các loại ý kiến, đối xử với các sự vật khác nhau một cách khoan dung, giống như biển cả dung nạp sông suối nhiều vô kể, chỉ có như vậy thì mới có thể vun đắp nên phẩm cách vĩ đại, làm nên sự nghiệp vĩ đại.

Tháng 1 năm 2017, Tập Cận Bình đã trích dẫn câu "hải nạp bách xuyên, hữu dung nãi đại" trong bài phát biểu tại Trụ sở chính của Liên hợp quốc ở Giơ-ne-vơ, nhấn mạnh rằng cộng đồng quốc tế phải thúc đẩy dân chủ hoá quan hệ quốc tế, không thể chỉ do "một nước xưng bá" hoặc "mấy bên cùng quản lý". Vận mệnh của thế giới cần do các nước cùng nắm bắt, chuẩn mực quan hệ quốc tế cần do các nước cùng hoạch định, công việc toàn cầu cần do các nước cùng quản lý, thành quả phát triển cần do các nước cùng chia sẻ.

一花独放不是春，百花齐放春满园

“一花独放不是春，百花齐放春满园”，出自《古今贤文》，意为只有一枝花朵开放，不能算是春天来临，而到了百花齐放的时候，才是真正的春色满园。引申为如果世界上只有一种花朵，那么就算这种花朵再美，也是单调的。

习近平在论述文明交流互鉴和全球共同发展时，多次引用“一花独放不是春，百花齐放春满园”。2018年11月，习近平在第一届中国国际进口博览会开幕式上的主旨演讲中引用这一古语，指出在经济全球化深入发展的今天，弱肉强食、赢者通吃是一条越走越窄的死胡同，包容普惠、互利共赢才是越走越宽的人间正道。事实上，新时代的中国秉持平等、互鉴、对话、包容的文明观和共商共建共享的全球治理观，以更加开放的姿态拥抱世界，以更有活力的文明成就贡献世界，就是对这一理念的弘扬和践行。

Nhất hoa độc phóng bất thị xuân, bách hoa tề phóng xuân mãn viên

"Nhất hoa độc phóng bất thị xuân, bách hoa tề phóng xuân mãn viên (một nhành hoa nở chẳng nên xuân, trăm hoa đua nở xuân đầy vườn)" có xuất xứ từ *Cổ kim hiền văn,* có nghĩa là chỉ có một nhành hoa nở không được coi là mùa xuân đã về, mà đến lúc trăm hoa đua nở mới thực sự là sắc xuân đầy vườn. Câu này với nghĩa bóng là nếu trên thế giới chỉ có một loài hoa, vậy thì cho dù loài hoa này đẹp đến mức nào đi chăng nữa thì cũng được coi là đơn điệu.

Khi trình bày về sự học hỏi và tham khảo lẫn nhau giữa các nền văn minh và sự cùng phát triển của toàn cầu, Tập Cận Bình đã nhiều lần trích dẫn câu "nhất hoa độc phóng bất thị xuân, bách hoa tề phóng xuân mãn viên". Tháng 11 năm 2018, Tập Cận Bình đã trích dẫn câu cổ ngữ này trong bài phát biểu chính tại Lễ khai mạc Hội chợ triển lãm nhập khẩu quốc tế Trung Quốc lần thứ nhất, chỉ ra rằng trong ngày nay, toàn cầu hoá kinh tế đã phát triển đi vào chiều sâu, kẻ mạnh nuốt kẻ yếu và kẻ chiến thắng được hưởng hết đã trở thành một ngõ cụt càng đi càng hẹp, bao trùm và đem lại lợi ích cho nhau, cùng có lợi cùng thắng mới là con đường ngay thẳng càng đi càng rộng cho loài người. Trên thực tế, trong thời đại mới, Trung Quốc kiên trì quan niệm văn minh bình đẳng, tham khảo lẫn nhau, đối thoại, bao trùm và quan niệm quản trị toàn cầu cùng thương thảo, cùng xây dựng, cùng chia sẻ, ôm lấy thế giới với thái độ cởi mở hơn, đóng góp cho thế giới bằng những thành tựu văn minh đầy sức sống hơn, đó chính là việc phát huy và thực hiện quan niệm này.

图书在版编目（CIP）数据

中国关键词. 文明理念篇 : 汉越对照 / 中国外文出版发行事业局，当代中国与世界研究院，中国翻译研究院著 ; 陈嫒嫒译. -- 北京 : 新世界出版社，2023.3

ISBN 978-7-5104-7548-1

Ⅰ. ①中… Ⅱ. ①中… ②当… ③中… ④陈… Ⅲ. ①中国特色社会主义－社会主义建设模式－研究－汉、越 ②中华文化－研究－汉、越 Ⅳ. ① D616 ② K203

中国版本图书馆 CIP 数据核字 (2022) 第 167761 号

中国关键词：文明理念篇（汉越对照）

作　　者：中国外文出版发行事业局　当代中国与世界研究院
　　　　　中国翻译研究院
翻　　译：陈嫒嫒
审　　定：黎巧萍
核　　校：梁永贵
改　　稿：郑月兰［越南］
项目统筹：申　阳
项目执行：华光灿
责任编辑：楼淑敏　赵如意
责任校对：宣　慧　张杰楠
责任印制：王宝根
出　　版：新世界出版社
网　　址：http://www.nwp.com.cn
社　　址：北京西城区百万庄大街 24 号（100037）
发 行 部：(010)6899 5968（电话）(010)6899 0635（电话）
总 编 室：(010)6899 5424（电话）(010)6832 6679（传真）
版 权 部：+8610 6899 6306（电话）nwpcd@sina.com（电邮）
印　　刷：天津中印联印务有限公司
经　　销：新华书店
开　　本：880mm × 1230mm　1/32　　尺　　寸：120mm × 200mm
字　　数：120 千字　　印　　张：6.125
版　　次：2023 年 3 月第 1 版　2023 年 3 月第 1 次印刷
书　　号：ISBN 978-7-5104-7548-1
定　　价：78.00 元